ડોક્ટર ઘોડાગાડીવાળા

૧૯મી સદીના ઉતરાર્ધ અને વીસમી સદીની શરૂઆતના એક અમેરિકન ડોક્ટર ડો. આર્થર ઈ. હર્ટ્ઝલર (M.D)ની આત્મકથા "ધ હોર્સ એન્ડ બગી ડોક્ટર" નો સંક્ષિપ્ત ભાવાનુવાદ.

ભાષાંતર

અશોકકુમાર હંસદેવજી સાગઠિયા

NEXUS STORIES PUBLICATION®

Surat, Gujarat, India.

Title – ડોક્ટર ઘોડાગાડીવાળા

First Published by Nexus Stories Publication® 2024

Copyright © અશોકકુમાર હંસદેવજી સાગઠિયા 2024

All Rights Reserved.

ISBN # 978-81-19178-72-8

Publication

Nexus Stories Publication®, Surat (Gujarat), Bhārata
www.nexus-stories.com # +91 87800 80718

અર્પણ

પુ. માતૃશ્રી

શ્રીમતિ સવિતાબેન હંસદેવજી સાગઠિયા

જેમની પ્રેરણાથી જીવમાત્ર પ્રત્યે પ્રેમ, કરુણા અને સેવાના સંસ્કારોથી

આ પુસ્તકનો ભાવાનુવાદ થયો.

પ્રસ્તાવના

માણસ નાસ્તિક હોય કે આસ્તિક, પરંતુ તેને હંમેશા સર્વ શક્તિમાન ઈશ્વર એટલે શું તે જાણવાની ઈચ્છા રહી છે આને તેની વ્યાખ્યા શોધવાનો જાણે અજાણ્યે પ્રયત્ન કરતો હોય છે. મને નાનપણમાં આ પુસ્તક વાંચતી વેળાએ તેના લેખક ડો. ડો. આર્થર ઈ. હર્ટઝલર(M.D) ના શબ્દો "જયારે અજાણી આફતનો સામનો કરવાનો આવે ત્યારે લોકો કોઈ સર્વશક્તિમાન અસ્તિત્વનું શરણ શોધે છે." સર્વ શક્તિમાન ઈશ્વરની વ્યાખ્યા કરતા હોય તેવું લાગ્યું.

આ પુસ્તક વાંચતો હતો, ત્યારે એક વખત મારા માતૃશ્રીએ પુસ્તકનું મુખપૃષ્ઠ જોઈને પુસ્તક વિષે મને પૂછ્યું, અને મેં તેમને જણાવ્યું ત્યારે તેમણે મને કહ્યું કે રાજકોટના સુપ્રસિદ્ધ કેળવણીકાર અને સૌરાષ્ટ્ર યુનિવર્સીટીના ભૂતપૂર્વ પ્રો. વાઈસ ચાન્સેલર તેમજ અનેક શિક્ષણસંસ્થાઓના વડલા સમાન મહાત્મા ગાંધી ચેરીટેબલ ટ્રસ્ટના સ્થાપક અને પ્રમુખ અમારા મુરબ્બી સ્વ. શ્રી લાભુભાઈ ત્રિવેદી કે જેમના પરિવાર સાથે અમારે પેઢીઓથી સબંધો હતા; તેમના પિતાશ્રી ડોક્ટર હતા અને તેઓ આસપાસના ગ્રામ્યપ્રદેશના લોકોની સેવા કરતા હતા. તેઓ એક્ગામથી બીજા ગામ જવા માટે ઘોડેસવારી કરતા હતા. મારા દાદીમાં અને તેઓ એક જ ગામના હોવાથી મારા દાદાજી પ્રત્યે તેમને વિશિષ્ટ સ્નેહભાવ હતો. મેં તો તેમને જોયા નથી, પણ મારા માતૃશ્રીએ સેવા, સ્નેહ આને ઔદાર્યની મૂર્તિ સમાન તે ડોક્ટરની છબી મારા માનસપટ પર કોતરાઈ ગઈ, જે આ પુસ્તકના ભાવાનુવાદ કરવા માટેનું કારણ બની.

કિશોરાવસ્થામાં કોઈપણ અંગ્રેજી પુસ્તક વાંચતી વેળાએ હું તે પુસ્તકમાં જે શબ્દ ન આવડતો હોય, તે શબ્દ નીચે પેન્સિલથી રેખા દોરી અને હાંસિયામાં તેનો અર્થ લખી નાખતો. આથી મેં પુસ્તક વાંચી લીધું હોય, તે પછી મારા પરિવારના અન્ય સભ્યો માટે તે પુસ્તક વાંચવું સહેલું બની જતું. જો કે તેમ કરવાથી, જયારે મેં સરકારી સેવામાંથી નિવૃત્તિ પછી થઈ શકે તેવું કંઈક સકારાત્મક કાર્ય કરવાનું વિચાર્યું ત્યારે આ પુસ્તકનો ભાવાનુવાદ કરવાનું ઘણું બધું સરળ બની ગયું. આ પુસ્તકના કેટલાક અંશો મને હંમેશા યાદ રહેશે, જે પૈકી થોડા નીચે મુજબ છે.

૧. જો બાળકો પ્રત્યેના વ્યવહારમાં હકારાત્મક પરિવર્તન આવે તો માનવજાત તે દિવસે સંસ્કૃતિના ઉચ્ચતમ શિખર પર હશે.

૨. જે વ્યક્તિ સરળતાથી તેની મહત્વાકાંક્ષાને પ્રાપ્ત કરે છે, તેની પાસે ક્યારેય મહત્વાકાંક્ષા હોતી નથી.

૩. જયારે કોઈ પણ વ્યક્તી તેના કાર્યના અંત સુધી પહોંચે છે, ત્યારે સ્વપ્ન એ વાસ્તવિકતા બની જાય છે.

તે સર્વે સેવામુર્તિઓને વંદન.......

-   અશોકકુમાર હંસદેવજી સાગઠિયા

*****

લેખકનો પરિચય

ડો. આર્થર ઈ. હર્ટ્ઝલર (M.D.)

અમેરિકાના ડો. આર્થર ઈ. હર્ટ્ઝલર(M.D)નો જન્મ અમેરિકાના આયોવામાં ૨૨મી જુલાઈ, ૧૮૭૦ના રોજ થયો હતો. તેમના નાનપણમાં જ તેમના માતા-પિતા કેન્સાસ પ્રાંતના માઉન્ટ્રીજમાં પરિવાર સાથે સ્થાયી થયા હતા. તેમની આત્મકથા અહીંથી શરુ થાય છે.

તેઓ વિનફિલ્ડની સાઉથવેસ્ટ કેન્સાસ કોલેજમાંથી સ્નાતક થયા અને ત્યાંથી ઇલિનોઇસમાં નોર્થવેસ્ટર્ન યુનિવર્સિટી મેડિકલ સ્કૂલમાં ગયા. ત્યાં તેઓ તબીબી ડિગ્રી પ્રાપ્ત કર્યા પછી મેડીકલ પ્રેક્ટિસ કરવા માટે કેન્સાસ પાછા આવ્યા. તે સમયે નજીકના હોલસ્ટીડ શહેરમાં વાવાઝોડાથી ભારે નુકશાન થયું ત્યારે તે શહેરના લોકોને મદદરૂપ થવા માટે તેઓ માઉન્ટ્રીજમાંથી સહપરિવાર હોલસ્ટીડ શહેરમાં સ્થાયી થયા.

સન ૧૯૦૨માં તેમણે હોલસ્ટીડ હોસ્પિટલની સ્થાપના કરી. હોલસ્ટીડમાં તેમની પ્રેક્ટિસ જાળવી રાખતા, હર્ટ્ઝલરે કેન્સાસ સિટીની યુનિવર્સિટી મેડિકલ કોલેજમાં પેથોલોજી, હિસ્ટોલોજી, સર્જરી અને સ્ત્રીરોગવિજ્ઞાન જેવા વિષયોનું અધ્યાપન કાર્ય કર્યું, અને તે પછી યુનિવર્સિટી ઓફ કેન્સાસ સ્કૂલ ઓફ મેડિસિન ખાતે તેમના બિનપરંપરાગત અભિગમથી તેમને તેમના વિદ્યાર્થીઓ તરફથી સ્નેહ અને આદર મળ્યો. તેમના વિદ્યાર્થીઓનું કહેવાનું હતું કે ડો. આર્થરના પ્રવચનો અન્ય પ્રોફેસરો કરતાં વધુ જ્ઞાનવર્ધક હતા. તેઓ દ્રઢપણે માનતા હતા કે એક સારા શિક્ષકે વર્ગમાં વિદ્યાર્થીની પ્રગતિ જાણવી જોઈએ. સન ૧૯૩૮માં તેમણે "ધ હોર્સ એન્ડ બગી ડોક્ટર લખી", જે તેમની આત્મકથા છે અને તેમાં ૧૯મી સદીના અંત અને ૨૦મી સદીની શરૂઆતની તબીબી પદ્ધતિઓનું દસ્તાવેજીકરણ કરવામાં આવ્યું છે.

હર્ટ્ઝલરે તબીબી શૈલીમાં ૨૦ થી વધુ તબીબી પુસ્તકો લખ્યા, પરંતુ જ્યારે સન ૧૯૩૮માં તેમનું પુસ્તક "ધ હોર્સ એન્ડ બગી ડોક્ટર" પ્રકાશિત થયું ત્યારે તેમણે વિશ્વભરમાં પ્રશંસા મેળવી, અને ત્યારથી તેઓ તે શીર્ષકથી જાણીતા બન્યા. ડૉ. લોગન ક્લેન્ડનિંગે સન ૧૯૪૪માં તેમના વિષે લખ્યું હતું: "ડૉ. આર્થર હર્ટ્ઝલરે આ પુસ્તકમાં વિનમ્રતાથી પોતાને એક ગ્રામ્ય પ્રદેશના 'ડૉ. ઘોડાગાડીવાળા' ગણાવ્યા છે, પરંતુ અમે જે કોઈ તેમને જાણતા હતા, તેઓને ખબર હાતી કે તેઓ દેશના શ્રેષ્ઠ જાણકાર, સૌથી તેજસ્વી અને વિદ્વાન સર્જનોમાંના એક હતા."

તેમનું પુસ્તક "ધ હોર્સ એન્ડ બગી ડોક્ટર" પ્રકાશિત થયું કે તેના પ્રથમ વર્ષમાં તે પુસ્તકની બે લાખથી થી વધુ નકલો વેચાઈ અને તે સમયે ૧૭ વિવિધ ભાષાઓમાં અનુવાદિત થયું. જો કે આ માં પુસ્તકનો સંક્ષિપ્ત અનુવાદ ગુજરાતી ભાષામાં પ્રથમ વખત કરવાનો પ્રયત્ન કર્યો છે.

કેન્સાસ યુનિવર્સીટી સ્કૂલ ઓફ મેડિસિનમાંથી નિવૃત્ત થયાના થોડા સમય બાદ ૧૨મી સપ્ટેમ્બર ૧૯૪૬ના રોજ ૭૬ વર્ષની ઉંમરે ડૉ. હર્ટ્ઝલરનું અવસાન થયું. આજે પણ તેમની સ્મૃતિ જાળવી રાખવા માટે તેમનું બે માળનું ઘર દક્ષીણ હોલસ્ટીડમાં જાળવી રાખવામાં આવ્યું છે અને તે માર્ગને તેમના નામ પરથી ડૉ. હર્ટ્ઝલર રોડ રાખવામાં આવ્યું છે.

*****

અનુક્રમણિકા

પ્રકરણ ૧લું

"હે ભગવાન, ડિપ્થેરિયાથી અમારું રક્ષણ કરો." આ ચિંતાતુર શબ્દોથી મારા પિતાની સવારની પ્રાર્થનાઓ સમાપ્ત થઈ. તે મારા માટે મૃત્યુની કરુણતાનો પ્રથમ પરિચય હતો. તે દિવસે સવારે મારા માતાપિતાએ નાસ્તો ન કર્યો. તેમના ચહેરા ઉદાસ હતા. ટૂંક સમયમાં જ અમારા પિતા તેમના શ્રેષ્ઠ કપડા પહેરી અને ઘરેથી નીકળી ગયા. અમારી નિસ્તેજ અને શાંત માતા તેના બંને હાથ હલાવતી ઘરમાં ચાલતી રહી અને વારંવાર બારી પાસે અટકી અને પ્રદેશના મુખ્ય માર્ગ તરફ જોતી રહી.

થોડા કલાકો પછી એક મોટી સંખ્યામાં ઘોડેસવારો અને ઘોડાગાડીઓ ધીમી ચાલે ધૂળીયા રસ્તા પર આગળ વધ્યા. મારા પિતા ઘોડેસવારોની પ્રથમ ટુકડીનું નેતૃત્વ કરતા હતા. તેમની સાથે ચાલી રહેલી ઘોડાગાડીમાં એક અજાણ્યો માણસ બેઠો હતો. તેની પાછળ એક અજાણ્યો માણસ બેઠો હતો. તેની પાછળ ત્રણ લાંબી પેટીઓ હતી. મારી માતાએ તે તરફ જોયું અને તેના મુખમાંથી એક હળવું ડૂસકું નીકળી ગયું. તેણીએ અમારા પ્રશ્નોના જવાબો ન આપ્યા.જ્યારે અમારા પિતા પાછા ફર્યા ત્યારે તેના મુખ પર ચિંતાની લકીરો ખેંચાઈ ગયી હતી અને તેના પગલા ધીમા પડી ગયા હતા.

"પાંચ વધારે," દરવાજામાં પ્રવેશ કરતા જ તેમણે કહ્યું. અમારી મા ખુરશીમાં બેસી ગઈ અને પોતાનું મોઢું બંને હાથથી ઢાંકી રડવા માંડી.

મને તરતજ ખબર પડી ગઈ કે મારા પિતાના નેતૃત્વ હેઠળ જે ટુકડી ચાલતી હતી તે ઘોડાગાડીમાં રાખવામાં આવેલા કોફીનોમાં મારા ત્રણ મિત્રોના મૃતદેહો હતા. ડિપ્થેરીયાએ અમારા નગરમાંથી ઘણાબધા બાળકોનો ભોગ લીધો હતો. આ મહામારીમાં ઘણી જગ્યાએ એકજ ઘરના દસમાંથી આઠ બાળકો મૃત્યુ પામ્યા હતા. અરે, મારા જેવા એક કિશોર માટે પણ આ પરિવારની વેદના અસહ્ય હતી. મને એ પછીથી સમજાયું કે જેઓ મૃત્યુ પામ્યા હતા તેમના કરતાં પણ જેને આ રોગ નો ચેપ લાગ્યો હતો તેની વેદના વધારે હતી.

આ રોગચાળાના ભયના ઓથાર તળે માનવજાતની એક લાક્ષણિકતા પ્રગટ થઈ. જ્યારે અજાણી આફતનો સામનો કરવાનો આવે ત્યારે લોકો કોઈ સર્વશક્તિમાન અસ્તિત્વનું શરણ શોધે છે. તે દુઃખના દિવસોમાં ચર્ચ અને ઘરોમાં આ પ્રાકૃતિક આપદા સામે રક્ષણ અને મદદ માટે પ્રાર્થનાઓ કરવામાં આવતી હતી. વૈજ્ઞાનીક ચિકિત્સા પદ્ધતિઓને ધ્યાનમાં લેવામાં આવતી જ નહોતી, કેમ કે તેવું કઈ હતું જ નહીં. કોઈને એવો વિચાર જ નહોતો આવતો કે આ રોગની કોઈ સારવાર હોઈ શકે. જો કોઈ રોગી સાજો થઈ જાય તો એમ માનવામાં આવતું હતું કે તેની પ્રાર્થના ઈશ્વરે સાંભળી છે. પરંતુ મોટાભાગના લોકો આ વિપત્તિના શરણે થઈ જતા અને પોતાની જાતને એમ કહીને સાંત્વના આપતા કે "ઈશ્વર આપે છે અને લઈ લે છે."

ગત પચાસ વરસોમાં મેડીકલ સાયન્સે જે પ્રગતિ કરી છે તે પરથી આપણે ડિપ્થેરિયાના ચોક્કસ લક્ષણોનું વર્ણન કરી શકીએ છીએ. એક બાળકને તાવ આવે, નબળો અને ઢીલો પડી જાય, ગળામાં બળતરાની ફરિયાદ કરે અને તેની પલ્સ વધારે જોરથી ધબકવા માંડે, ગળા અને નાકની ત્વચાને ચેપ લાગે કે તેને શ્વાસ લેવામાં તકલીફ પાડવા માંડે તો સામાન્ય રીતે આવા કેસમાં પેશન્ટ છઅેક દિવસમાં મૃત્યુ પામતા હતા.

તે દિવસોમાં આ મહામારીના લીધે અમારા સમુદાયના લગભગ દરેક પરિવારે ઓછામાં ઓછું એક બાળક ગુમાવ્યું હતું. ડીપ્થેરીયા માત્ર એક જ એવો રોગ નહોતો કે જે બાળકો માટે જીવલેણ નીવડતો હોય. સ્કારલેટ ફીવરે પણ અનેક બાળકોનો ભોગ લીધો હતો. આ રોગ ને લીધે પહેલા તો માનવીની કીડની પર અસર થતી અને પછી તેના ચેપ થી મગજને નુકશાન થતું. પણ જો તેની અસર દર્દીના કાન પર થતી તો તે જો કદાચ મૃત્યુ પામે નહીં તો જીવનભર બહેરો મૂંગો થઈ જતો.સ્કારલેટ ફીવર ડીપ્થેરીયા જેવો જ ચેપી રોગ હતો, પણ પ્રમાણમાં તે ઓછો જીવલેણ હતો. લગભગ એક અઠવાડિયાથી દસ દિવસ જેટલા સમયમાં દર્દી સાજો થવા લાગતો પણ તેનાથી ઘણી વાર તેના આંખ, કાન, હૃદય અને કીડની જીવનભર ક્ષતિગ્રસ્ત રહેતા.

ડીપ્થેરીયા કે સ્કારલેટ ફીવર કરતા ઓરી ઓછો જીવલેણ પણ ઝડપથી ફેલાઈ જતો રોગ હતો. જો કે તે પણ ઘણા બધા બાળકો માટે જીવલેણ નીવડતો. ગરીબ લોકોના ઘરોમાં ઘણી વખત પુરતી સાર સંભાળના અભાવે ન્યુમોનિયાના પણ

ઘણા કેસ જોવા મળતા. જો આવા કેસમાં દર્દી જીવી જાય તો પણ તેના શરીરમાં અશક્તિ જીવનભર માટે ઘર કરી જતી.

શીતળા એકમાત્ર એવી મહામારી હતી કે જેની સારવાર કેવી રીતે કરવી તે ડોક્ટર્સને જાણ હતી. વેક્સીનેશન (શીતળાના રોગચાળાના સંદર્ભમાં શીળી કાઢવા તે) અણઘડ રીતે કરવામાં આવતું. ડોકટરોને પણ અણઘડ રીતે વેક્સીનેશન કરતી વખતે ઘણીવાર ચેપ લાગી જતો. હું નાનો હતો ત્યારે આ વેક્સીનેશન એક બાંય થી બીજી બાંય પર કરવામાં આવતું. એક તંદુરસ્ત બાળક કે જેમાં વેક્સીનેશન સફળ રહ્યું હોય તેની વેક્સીન તરીકે બીજા બાળકોને વેક્સીનેટ કરવા માટે સેવા લેવામાં આવતી. જે બાળકોને વેક્સીનેટ કરવાના હોય તે ડોક્ટરની સામે એક હરોળમાં ઉભા રહેતા. જે બાળક પોતાના શરીરમાંથી વેક્સીન આપવાનું હોય તેના હાથ પર ડોક્ટર એક ઉઝરડો કરી અને જેવું લોહી દેખાય કે તેને પોતાની સર્જીકલ નાઈફ પર લઈ અને જે બાળકોને વેક્સીનેટ કરવાના હોય તેમની બાંય પર ઘસી દેતા.

આ પુસ્તક લખાયું(ઈ.સ.૧૯૩૮) તેના પચાસ વર્ષ પહેલા ટી.બી.(ક્ષયરોગ) ને સહુથી વધારે જીવલેણ માનવામાં આવતો. તે સમયે તે રોગના કારણોની જાણ નહોતી. ઘણા કિસ્સાઓમાં કોઈ વ્યક્તિને ઘણા વર્ષોથી આ રોગ હોય તે પછી જયારે તે ન્યુમોનિયા કે એનીમિયાથી બીમાર પડે ત્યારે તેને થયેલો ક્ષયરોગ આ રોગના પરિણામે થયો હોય તેવું માનવામાં આવતું હતું.

તે સમયે એમ માનવામાં આવતું હતું કે મહામારી ઈશ્વર ની ઈચ્છાથી ફેલાય છે. ઘણા માણસોને એ પણ ખબર નહોતી કે ટીબી (ક્ષયરોગ) એક થી બીજા માનવીમાં ફેલાય છે. અમારી પડોશમાંજ એક પરિવારમાં આઠ વર્ષમાં આઠ બાળકોના મૃત્યુ ટીબીના કારણે થયા હતા. તો પણ આ મોટો પરિવાર ત્રણ ગંદા ઓરડાઓવાળા એક ઝુંપડામાં રહેતો હતો. જે બાળકોને ટીબી નહોતો થયો તેઓ પણ દર્દીની પથારીઓ પર રમતા હતા અને તેથી બીમાર દર્દીઓના સીધા સંપર્કમાં આવતા હતા.

તે શરૂઆતના દિવસોમાં રોગચાળાના કારણો જાણી શકાયા ન હોવાથી રોગચાળાનું નિયંત્રણ કરવું સહેલું નહોતું, કારણ કે રોગચાળાના કારણોસર કોઈ બીમાર વ્યક્તિને તંદુરસ્ત લોકોના સંપર્કથી દૂર કરવામાં આવતો નહોતો. તે સમયમાં મોસમ, હવામાનની સ્થિતિ અને માણસના નિયંત્રણની બહારના અન્ય પરિબળો રોગો

માટે જવાબદાર હોવાનું માનવામાં આવતું હતું. લોકોની જીવનશૈલી રોગની સારવારને ખૂબ જ મુશ્કેલ બનાવી દેતી હતી. ચેપીરોગોની સારવાર કેવી રીતે કરવી તો ડોક્ટરો જાણતા નહોતા. પેરીટોનીટીસ આખા પેટમાં ફેલાય નહીં, ત્યાં સુધી તેનું નિદાન થઇ શકતું નહોતું, તે દિવસોમાં ઓટોપ્સીની મંજુરી આપવામાં આવતી નહોતી. કેમ કે ઓટોપ્સીને ઈશ્વરીય અપરાધ માનવામાં આવતો હતો. કોઈ પણ વ્યક્તિ તેના પેટ ના અવયવોને ટોપલીમાં રાખીને સ્વર્ગમાં પ્રવેશ પામવા માગતી નહોતી. અને તેથી દર્દીના મૃત્યુ પછી પણ તેના રોગના કારણનું નિદાન થતું નહોતું.આવા કારણોસર વર્ષોથી નહીં, પણ સદીઓથી તબીબી ભૂલોનું પુનરાવર્તન થતું રહેતું.

ઘણા વર્ષો પહેલા કૃષિક્ષેત્રે કામ કરતા લોકોમાં સર્જિકલ ઓપરેશન વિષે કોઈ ખાસ જાણકારી નહોતી. જો કોઈને ક્યાંય લાગીભાગી જાય અને થોડો વધુ જખમી થઇ જાય તો તે જખમ પાક્યો જ સમજો. તે વખતે સર્જનો એક લાંબો સફેદ કોટ પહેરતા. આ કોટની લાંબી બાંયો ઓપરેશન વખતે કોટ બગડે નહીં તે માટે છૂટી થઇ શકે તેમ બનાવવામાં આવતી. એક વાર એક સર્જન જયારે ઈજાગ્રસ્ત ભાગ સીવવા માટે સોય વડે ટાંકા લઇ રહ્યો હતો ત્યારે તેને તેના દાંતમાં તેની સર્જીકલ નાઈફ પકડી રાખી હતી.

તે સમજવું સરળ છે કે શા માટે બધી ઈજાઓને ચેપ લાગી જતો હતો. જો કોઈ ઈજાગ્રસ્ત ભાગ સારવારથી સાજો થતો ન હોય તો તે ઈજાગ્રસ્ત ભાગને કાપી નાખવામાં આવતો હતો. આમ જ એક ખરાબ રીતે ઈજાગ્રસ્ત થયેલો હાથ કે ભાંગેલો પગ કાપી નાખવામાં આવતો. જે સર્જન ઘણા લાંબા અંતરની મુસાફરી કરીને દર્દીની સારવાર કરવા માટે આવ્યો હોય, તેના ધ્યાનમાં સામાન્ય રીતે તરત જ આવી જતું કે ત્યાં આવી ઈજાઓની સંભાળ લઇ શકે તેવું કોઈ નહોતું. તેના અનુભવે જો કોઈ ઓપરેશન સફળ થાય (દર્દી મૃત્યુ ન પામે) તો પછી ઇન્ફેકશનથી તે દર્દીનું મૃત્યુ થતું. તે દિવસોમાં ઘણીવાર શસ્ત્રક્રિયા પછી ઓપરેશન દરમ્યાન થયેલી વાઢકાપમાં કોઈપણ સમયે ઇન્ફેકશન થઇ જતું અને પેશન્ટનું મૃત્યુ થઇ જતું.

પેટના દર્દોની શસ્ત્રક્રિયાઓ વિષે કોઈ ખાસ જાણકારી નહોતી. જયારેપણ કોઈ પેટના રોગગ્રસ્ત અંગનું ઓપરેશન કરવામાં આવતું ત્યારે તે દર્દીનું પેરીટોનીટીસથી મૃત્યુ થવું સામાન્ય બાબત હતી. આ ઓપરેશન ને અપેક્ષિત સારવાર

કહેવામાં આવતી હતી. તેનો અર્થ એ કે તે એક એવી સારવાર હતી કે જેની સફળ થવાની અપેક્ષા નહોતી. ગોઈટરનું ઓપરેશન ભાગ્યેજ કરવામાં આવતું. એવું માનવામાં આવતું હતું કે જ્યાં સુધી ગોઈટર વધારે પડતા મોટા ન થઇ જાય ત્યાં સુધી તેનાથી કોઈ મુશ્કેલી પડતી નથી. જયારે કોઈ આવો દર્દી હાર્ટએટેક થી મૃત્યુ પામે ત્યારે તે હાર્ટએટેકના કારણે થયેલું મૃત્યુ (ગોઈટર થી નહીં પણ એક અલગ રોગથી થયેલું મૃત્યુ) ગણવામાં આવતું. ગોઈટરના દર્દીની પીડાને હળવી કરવા માટે જે સારવાર કરવામાં આવતી તેનાથી દર્દીને કોઈ સાજા થવામાં મદદ મળતી નહીં.

જો કે ગ્રામ્યપ્રદેશના ડોકટરો ભાગ્યેજ અનેસ્થેસીયાનો ઉપયોગ કરતા હતા. જો ઓપરેશન ગંભીર ન હોય ત્યારે ડોક્ટર જખામોને શક્ય હોય તેટલી વધારે ઝડપથી સીવી નાખતા હતા. આવા સમયે ડોક્ટરોએ દર્દીના સ્વભાવ અને જીવનના દ્રષ્ટિકોણ વિષે ઘણો અભ્યાસ કર્યો. કેટલાક દર્દીઓએ ઓપરેશન પહેલા કે ચાલુ ઓપરેશને દારૂ પીધો હતો, તો કેટલાક પ્રાર્થના કરતા તો કેટલાક ડોકટરોને શ્રાપ આપતા કે ગાળોનો વરસાદ વરસાવતા. અને ઘણા દર્દીઓ તો આ ત્રણેય કરતા. પરંતુ ડોક્ટરો દર્દીઓની પીડા દુર કરવા માટે ઝડપથી કામ કરતા. એક વાર મેં જોયું કે એક દર્દીના માથામાં પડેલા ઊંડા ઘા પર આસપાસના થોડા વાળને એકદમ સખત રીતે બાંધીને સારવાર કરવામાં આવી હતી.

જયારે કોઈ એનેસ્થેટીક કે અનેસ્થેસીયા માટે ઉપયોગમાં લેવામાં આવતી દવાઓ ઉપલબ્ધ ન હોય ત્યારે ગતિ તે એક સારા સર્જન હોવાની નિશાની હતી. મને યાદ છે કે અમેરિકન ગૃહયુદ્ધ દરમ્યાન એક સર્જને માત્ર ચાલીસ સેકન્ડમાં જાંઘની સર્જરી કરી હતી. આમાં પગના મૃદુ ભાગોને કાપવા અને હાડકું કાપવાનો પણ સમાવેશ થાય છે. બ્લડ વેસ્સલ્સ બાંધવાનું કામ પછીથી કરવામાં આવ્યું હતું.

આ મારા બાળપણમાં, આજથી પચાસ વર્ષ પહેલાની(૧૮૮૦ થી ૯૦ ના દાયકાઓની) તબીબી વિજ્ઞાન અને સારવારની પરિસ્થિતિનો સંક્ષિપ્ત અહેવાલ છે. જેવું હું તે દિવસોનું સ્મરણ કરું છું ત્યારે મને લાગે છે કે એવો કોઈ રોગ નહોતો કે જેની ડોક્ટરોએ સફળ સારવાર કરી હોય. આમાં તમે મેલેરિયા, ખરજવું અને જખમોની સારવાર ને અપવાદ ગણી શકો. પણ ડોકટરોને ખબર હતી કે દર્દીને પીડા ઓછી કરવા માટે કઈ દવા(ડ્રગ) આપવી. તેઓ હાડકાઓને સાંધાઓમાં બેસાડી આપતા, ઘા સીવી

દેતા અને નવજાત શિશુઓને ગરમ પાણીથી નવડાવી આપતા. કદાચ ગ્રામ્ય પ્રદેશના ડોક્ટરોની સુવાવડ કરાવવાની સેવાને તમે સર્વોતમ સેવા કહી શકો. મને એવું યાદ નથી આવતું કે કોઈ ડોક્ટરે એકપણ વાર સુવાવડ કરાવવાની ના પડી હોય. તેમના માટે સમગ્ર પ્રદેશમાં સતત અગવડભર્યો પ્રવાસ કરતા રહેવાનું તેમને થકવી નાખતી કંટાળાજનક બાબત હતી અને ઘણીવાર તેમાં જીવ નું જોખમ પણ રહેતું હતું. પણ ગ્રામ્ય પ્રદેશના ડોક્ટર પ્રદેશના લોકો માટે સામર્થ્ય અને સુરક્ષાનું પ્રતિક હતા. જેવા કોઈ બીમારીના લક્ષણો દેખાય કે તેઓ દર્દી પાસે પહોંચી જતા. જો કે તેઓની પ્રતિભાઓની મર્યાદાઓ હતી તો પણ તેઓએ તેમનાથી બનતું શ્રેષ્ઠ કાર્ય કર્યું અને લોકોનો વિશ્વાસ જાળવી રાખવામાં નિષ્ફળ નીવડ્યા નહીં.

*****

પ્રકરણ રજું

જો બાળકો પ્રત્યેના વ્યવહારમાં હકારાત્મક પરિવર્તન આવે તો માનવજાત તે દિવસે સંસ્કૃતિના ઉચ્ચતમ શિખર પર હશે. મોટાભાગના સુસંસ્કૃત લોકો માટે વ્યક્તિગત ગુણવતા ખાસ મહત્વની હોતી નથી. હવે છેક એ સ્વીકૃત થયું છે કે બાળકોના જે અધિકારો છે તેનું માતાપિતાએ સન્માન કરવું જરૂરી છે. આપણે એ વાસ્તવિકતા સમજ્યા છીએ કે માતાપિતા થવું એટલે જવાબદારીઓનું વહન કરવું. જો કે કેટલાક માબાપ આવું માનતા નથી.

સાઠ વર્ષ પહેલાં બાળકોની ઘણીવાર ઉપેક્ષા કરવામાં આવતી. આ તે સમયમાં સામાન્ય હતું અને એટલા માટે નહીં કે તે સમયે માતાપિતાના સ્નેહવાળા ગૌરવપૂર્ણ પરિવારો નહોતા. એ વખતે એમ કહેવાતું કે "બાળક માટે રસ્તો તૈયાર કરો અને બાળકને બગાડો," એવું માનવામાં આવતું હતું. વારંવારની સજા એ બાળકને તાલીમ આપવાનો સામાન્ય ભાગ ગણવામાં આવતો. ખરી વાત તો એ હતી કે આમ કરવાથી કાં તો બાળકો મજબૂત થતા હતા અથવા તો ઘણીવાર તેઓ અંદરથી ભાંગી પડતા હતા. ખ્રિસ્તી ચર્ચનો પ્રાચીન ઉપદેશ બાળક તેના માતાપિતાને પ્રેમ કરે છે, તેથી બાળકને આજ્ઞાંકિત થવા માટે માતાપિતાએ સહાયભૂત થવું તે આપણા સમાજમાં એક નવો વિચાર હતો.

ભૂતકાળમાં બાળકોને અસ્તિત્વ માટેના સંઘર્ષમાં એક ઉપયોગી અને મહત્વનો ભાગ તરીકે જોવામાં આવતા હતા. એક બાળકને કોઈ અધિકાર નહોતો. જ્યારે માતાપિતા બાળકનો જન્મ આપે ત્યારે તેઓએ તેમની સૌથી મોટી ફરજ બજાવી હતી તેમ તેઓનું માનવું હતું. તેઓ તેમના પરિવારોનું ભરણપોષણ કરવા માટે બંધાયેલા હતા, પરંતુ જ્યારે બાળક પૂરતું મોટું થાય ત્યારે તેને કામ કરવું પડતું હતું. સ્વાભાવિક હતું કે એવા પણ માતાપિતા હતા જેમને તેમના બાળકોનો ઘણો લાભ લીધો હતો. તે સમયે થોડીઘણી બીમારીઓમાં બાળકને તેની મજૂરીમાંથી મુક્તિ મળતી નહોતી. જ્યાં સુધી બાળક ખુબ બીમાર ન હોય ત્યાં સુધી કોઈ તેની ફરિયાદો સાંભળતું નહોતું. એવા ઘણા રોગો કે જે વેદનાનું કારણ હતા તે ઓળખી શકાયા નહોતા. જ્યારે માતાપિતા તેના બાળકની બીમારીને સમજી શકતા ન હતા ત્યારે તેઓ

તેની અવગણના કરતા હતા. જ્યાં સુધી બાળક મરણતોલ રીતે બીમાર ન પડે ત્યાં સુધી કોઈ તેની ફરિયાદ સાંભળતું નહોતું. એવા ઘણા રોગો હતા કે જેની વેદના થતી નહોતી તે ઓળખી શકાયા નહોતા. જયારે માતાપિતા તેની બીમારી સમજી શકતા નહોતા ત્યારે તેઓ તેની અવગણના કરતા હતા. ફક્ત જયારે મૃત્યુ દરવાજે ટકોરા મારે ત્યારે તેઓ ડોક્ટરને મદદ માટે આજીજી કરતા હતા.

તે દિવસોમાં એક બાળક તેના જીવન માટે સંઘર્ષ કરતું અથવા તો મરી જતું. ઘણી વખત સંજોગોથી નક્કી થતું કે કયું બાળક જીવશે કે મરશે. મજબુત મનોબળ ધરાવતા બાળકો જીવી જતા જયારે નબળા બાળકો માટે જીવવાની કોઈ જ તક નહોતી. દરેક નાનીમોટી ફરિયાદ માટે ડોક્ટરને બોલાવવા તે માતાપિતા માટે ઘણું ખર્ચાળ હતું અને તે તેમને પોસાતું પણ નહોતું. તે અમેરિકાની નવી શરૂઆતના દિવસો હતા કે જયારે પરિવારના દરેક સભ્યને જીવવા માટેનો સંઘર્ષ કરવાની ક્ષમતા કેળવવાની હતી અને સમર્થ થવાનું હતું. આ આત્મબળે જ અમેરિકાનું ઘડતર કર્યું છે.

તે દિવસોમાં બાળસહજ ઇચ્છાઓની અવગણના કરવામાં આવતી. એક બાળક તેમની રમવાની વસ્તુઓ જાતે જ બનાવી લેતું હતું. તે જાતે જ તેની પોતાની સંભાળ કેવી રીતે લેવી તે શીખી લેતું હતું, અને આમ તેનો સ્વતંત્રતા પ્રત્યેનો અભિગમ વિકાસ પામતો હતો. તેને પોતાની જાતે જ મોજ કરવાનું શીખી લેવાનું હતું અને તેની નાની મોટી તકલીફોનું બીજા કોઈની મદદ વિના જાતે જ નિવારણ કરી લેવાનું હતું.

મને મારો શાળાનો પહેલો દિવસ યાદ આવે છે. મારી બહેને મને હું જયારે નાનો હતો ત્યારે જ લખતા અને વાંચતા શીખવ્યું હતું. શાળામાં પહેલા દિવસની પ્રવૃતિઓ મને રસ પડે તેવી નહોતી. મેં શાળામાં હાથ બનાવટના મેજ પર શાંતિથી બેઠા બેઠા તે દિવસની તારીખ ૨૬મી નવેમ્બર ૧૮૭૭ બે ઈંચ જેટલા મોટા અક્ષરોમાં કોતરી કાઢી હતી. આ તે વાતની સાબિતી હતી કે એક સાડાસાત વર્ષના છોકરા પાસે ધારદાર ચાકુ હતું અને તે કેમ વાપરવું તેની પણ તેને ખબર હતી. આ માટે મને સોટીએ ફટકારવામાં આવ્યો, તો પણ મેં તે દિવસની એક સારામાં સારી કામગીરી પૂરી કરી હતી. આજે બહુ થોડા છોકરાઓ આમ કરી શકે છે. આ માટે તમારા કામ કરવા માટેના સાધનોની સારી સાર સંભાળ અને કાર્ય કરનારની ઉચ્ચ કાર્યક્ષમતા પણ હોવી જરૂરી છે. મારામાં જે નક્કી કર્યું તે પૂર્ણ કરવાની ક્ષમતા અને એક ઉંહકારો કર્યા વિના સજા પણ સહન

કરવાની ત્રેવડ હતી. આ મારી શાળાના પહેલા દિવસની વાતથી મારી સ્વાભાવિક લાક્ષણિકતા અને તે પછી મારા જીવનમાં આવનાર ઘટનાઓના વિષે કલ્પના થઈ શકે તેમ છે.

ગ્રામ્યપ્રદેશની શાળાઓનું શિક્ષણ ત્રણ બાબતો સુધી મર્યાદિત હતું – વાંચન, લેખન અને અંકગણિત. પરંતુ એક વિદ્યાર્થીએ બધી રીતે તેના શિક્ષણમાં ઉમેરો કરવાનો હતો. તે રમવા માટેની વસ્તુઓ બનાવતો, નાના પ્રાણીઓને ફસાવી અને શિકાર કરતો અને બીજા છોકરાઓ સાથે લડતો. આવી પ્રવૃતિઓ તેના ભાવિ પ્રયત્નો માટે પાયો નાખતી. કોઈ વસ્તુનો શિકાર કરવો, તેને મેળવવો અને પછી તેને જાળવી રાખવા માટે લડવું તે તેનો નિત્યક્રમ હતો.

આધુનિક સમયમાં અસામાન્ય બાળકોનો અભ્યાસ ઘણી જ વૈજ્ઞાનિક ઢબે કરવામાં આવ્યો છે. અગાઉના દિવસોમાં અસામાન્ય લાક્ષણિકતા હોવી તે શેતાનનું કાર્ય માનવામાં આવતું હતું. તેવા બાળકો માટે કોઈ અલગથી શાળાઓ કે તે માટેની વિશિષ્ટ લાયકાત ધરાવતી નર્સો ન હતી અને ડોકટરો પણ બાળકોની શારીરિક નબળાઈઓ શોધી શકતા નહીં. મારી દ્રષ્ટિ એટલી બધી નબળી હતી કે હું બ્લેકબોર્ડ પરનું લખાણ વાંચી શકતો નહોતો. શિક્ષક એમ માનતા કે હું ધ્યાન નથી આપતો અને તેથી મને ફટકારવામાં પણ આવતો. આ મારફૂટથી હું બળવાખોર બન્યો અને મેં શિક્ષકને અને વર્ગને ખલેલ પહોંચાડવાનો વધુમાં વધુ પ્રયાસ કર્યો. દરેક વખતે જ્યારે હું શિક્ષકને ખલેલ પહોંચાડતો ત્યારે મને સજા કરવામાં આવતી. આ અનુભવોથી હું શીખ્યો છું કે જ્યારે હું મુશ્કેલીમાં આવી પડું, ત્યારે મારે કદી પણ કશું સ્વીકારવું જોઈએ નહીં. પણ જો હું મુશ્કેલીમાં આવી પડું તે પહેલાં એવું કરવાથી શું થશે તે વિચારવું ડહાપણભર્યું હતું.

એ દિવસોમાં હું ઘણી વાર શાળામાં ગુટલી મારી અને સ્કેટિંગ કે શિકાર કરવા જતો રહેતો. હું તે દિવસની ગેરહાજરી માટે શિક્ષકને જે કંઈ કારણ આપું તે આભારવશ થઈને સ્વીકારી લેતા કેમ કે તે દિવસ પુરતી તો વર્ગમાં શાંતિ જળવાઈ રહેતી. શાળામાં મારામારી થવી એ તો એક સામાન્ય ઘટના હતી. જ્યારે વિદ્યાર્થીઓ શાળામાં મારામારી કરતા હોય ત્યારે શિક્ષક પણ તે તરફ ન તો ધ્યાન આપતા કે ન તો મારામારી રોકવાનો પ્રયત્ન કરતા. જ્યારે હું નવ વર્ષનો હતો ત્યારે એક મોટા છોકરાએ

મને એવા જોરથી મુક્કો મારીને જમીન પર પછાડી દીધો કે હું એક ક્ષણ માટે બેભાન થઇ ગયો. હું ઘેર ચાલીને ગયો તો ખરો પણ તે પછી થોડા અઠવાડિયાઓ માટે ઘેર જ રહેવું પડ્યું. અમારા ફેમીલી ડોકટરે કહ્યું કે મને મેલેરિયા થયો હતો અને મારે સાજા થવા માટે છરીની અણી પર આવે તેટલીજ ક્વિનાઈન લેવાની હતી. મેં મારી માને એક ચમચો સફરજનના રસ સાથે તે લેવા માટે સહમતી આપી હતી.

મારે મારા શિક્ષક સાથે જામતું નહોતું. એક દિવસ મને એમ લાગ્યું કે તેમનું વર્તન મારા પ્રત્યે ન્યાયપૂર્ણ નહોતું. એક વાર તે ગુસ્સે થઈને મારા તરફ હાથ ઉગામીને મને મારવા દોડ્યા કે મેં એક ચોપડી તેમના માથા પર છૂટી મારી દીધી. તેઓ એક ગોથું ખાઈ ગયા અને એ જ ભૂલી ગયા કે તેણે શું કરવાનું નક્કી કર્યું હતું. એક જૂની કહેવત છે કે જો કોઈએ લડવું જ પડે તો લડવાનું વહેલું શરુ કરી દેવું.

જ્યારે હું મારા યુવાનીના દિવસો તરફ નજર દોડાવું છું ત્યારે મને લાગે છે કે મારા બાળપણમાં જ મારામાં એક સર્જન થવાના ગુણો જેમ કે ત્વરિત અને ચોક્કસ નિર્ણય લેવો અને તે પર અમલ કરવો - હતા જ. એક સર્જન તેના પ્રશ્ન પર વિચાર કરે છે અને આપાતકાલીન પરિસ્થિતિઓમાં શું કરવું તે પહેલેથી જ નક્કી કરી લે છે. ઓપરેશન દરમ્યાન તે જે કંઈ કરે કે તેનાથી જે પણ કંઈ થાય તેનો બચાવ કરવો જોઈએ. તે ભાગી જઈ ન શકે. મને ઓપરેશન ટેબલ પર ક્યારેય સંકોચ થયો નથી. કહેવાનું તાત્પર્ય એ કે જ્યારે વિદ્યાર્થી વર્ગખંડમાં જે કંઈ અભ્યાસ કરે છે તે જ બધું ઉપયોગી જ્ઞાન નથી. તેની સફળતા તે માત્ર વર્ગખંડના અભ્યાસનું પરિણામ નથી.

જ્યારે હું બાર વરસનો થયો ત્યારે મેં નજીકના શહેરની શાળામાં જવાનું શરુ કર્યું. હું મારી તે શાળાના પહેલા દિવસને કોઈ દિવસ ભૂલી શકીશ નહીં. મેં મારી માતાએ મારા માટે હાથે સીવેલો સ્યુટ પહેર્યો હતો. મારે ગ્રામ્ય પ્રદેશના કાદવ કીચડ વાળા રસ્તાઓ પર ચાલીને આવવાનું હોવાથી મેં ભારે બુટ પહેર્યા હતા.જ્યારે મેં મારા વર્ગખંડમાં મારા મોટા ગંદા બુટ અને ઘેર સીવેલા કપડા પહેરીને પ્રવેશ કર્યો કે વર્ગના બધા વિદ્યાર્થીઓએ એક ઠપકા અને ઉપહાસભર્યા દેકારો કરી દીધો. તે દિવસથી શાળામાં મારું નામ બુટ પડી ગયું. તે કેટલાક શરુઆતના અઠવાડિયાઓ મારા જીવનનો સહુથી દુ:ખી સમય હતો.

આ શરૂઆતના વરસોમાં મારું શિક્ષણ ઘણી રીતે થયું. જયારે હું નવ વર્ષનો થયો કે હું ગાય દોહતો થયો. જયારે હું અગિયાર વરસનો થયો કે મેં હળ ચલાવવાનું શરુ કર્યું. એક વરસ પછી હું ખેતરમાં દિવસના દસ કલાક હળ ચલાવતો. આ તે લાંબા સતત કામ કામ ને કામ કરવાના ક્રૂર દિવસોની યાદ મને હજુ પણ સતાવે છે. કોઈ પણ બાર વરસના છોકરા માટે દસ એકરના ખેતરમાં પુરા દસ કલાક હળ ચલાવવું એટલે શું તે તો જેણે કર્યું હોય તેને ખબર પડે. આ મારા ખેતરનો ખેડેલો દસ એકરનો વિસ્તાર મારા વીસ માઈલ ચાલવા જેટલો થયો. અરે આજે પણ હું જયારે આખો દિવસ મારા કલીનીકમાં બેઠો હોઉં, ત્યારે મારા પગનો જુનો દુખાવો મને તે વીતેલા દિવસોની યાદ અપાવે છે.

હું જે શાળામાં ભણવા જતો હતો ત્યાં કોઈ પણ વિદ્યાર્થી તે જે વિષયોમાં ભણવા માંગે તે વિષયો લઈ શકતો હતો. ચાર વરસમાં મેં તે શાળામાં જે કોઈ વિષયો ભણાવવામાં આવતા હતા તે બધા વિષયોનો અભ્યાસ કરી લીધો હતો. તે પછી મારે નજીકના શહેરમાં એક ખાનગી શાળામાં અભ્યાસ કરવા માટે જવાનું હતું. મારા એક કાકા તે શહેરમાં રહેતા હતા. તેમણે મને હું જયારે તે શાળામાં અભ્યાસ કરું તે સમય દરમ્યાન હું તેના પરિવાર સાથે રહેવા માટે કહ્યું. મારે રહેવા અને જમવાની સગવડના બદલે તેની ગાયો દોહી દેવાની, ઘોડાઓની સંભાળ રાખવાની અને તેમને તેમની દુકાનમાં મદદ કરવાની હતી.

ખેતરોમાં મકાઈનો પાક તૈયાર થઈ ગયો અને તે બજારમાં લઈ જવામાં આવ્યો; તે પછી હું મારા કાકાના ઘેર ગયો. જયારે તેઓ મને શાળાની સંચાલક પાસે લઈ ગયા ત્યારે તે સ્ત્રીએ મારે સામે આનંદથી જોઇને સ્મિત આપ્યું. જયારે પણ હું તે ક્ષણને યાદ કરું છું ત્યારે મને લાગે છે કે તેણીએ મને જોઈને છાનાખુણે હસી લીધું હશે. ચોક્કસપણે તે શાળાના બધા વિદ્યાર્થીઓ પણ મારી સામું જોઈને હસ્યા હશે. હું બીજી શું અપેક્ષા રાખી શકું? હું છ ફૂટ ને બે ઈંચ ઉંચો હતો અને મારું વજન લગભગ ચોંસઠ કિલો જેટલું હતું. અને આ બધા વાંધાઓમાં વધારો કરે તેમ મેં મારા ઘરના બધા સભ્યો પહેરતા તેવા સસ્તા કપડા પહેર્યા હતા. તો એ વાતમાં કોઈ નવાઈ નથી કે મારા આવા દેખાવ અને મારી અન્ય તકલીફોના કારણે મારામાં એક એવી હીન ભાવના વિકસી કે જે મને વરસો સુધી સતાવતી રહી.

તે દિવસોમાં અમારે મુખ્યત્વે લેટીન, ગ્રીક, ગણિતશાસ્ત્ર અને અંગ્રેજી ની અભ્યાસ કરવાનો રહેતો હતો. ઉનાળાના વેકેશનમાં હું ખેતરમાં કામ કરતો. તે દરમ્યાન મેં અભ્યાસ કરવાનું ખાસ કરીને ગ્રીક ભાષાનો અભ્યાસ કરવાનું ચાલુ રાખ્યું. તે માટે હું કાગળ પર લખીને અને ધારદાર તણીથી હળ પર ખોતરીને શબ્દોની નકલ કરતો રહ્યો અને એટલું સરસ શીખી ગયો કે જયારે પછી જયારે પાનખરમાં શાળા શરુ થઇ અને અધ્યાપકે ભણાવવાનું શરુ કર્યું કે મેં તેમને ખુશ કરી દીધા.

ગ્રીક ભાષા માટે મને એટલું યાદ છે કે તમારે બધા જ ક્રિયાપદો શીખવા જ પડે, કેમ કે તે બધા અનિયમિત ક્રિયાપદો હોય છે. તો પણ જો મારે ફરીથી મેડીસીનનો અભ્યાસ કરવાનો હોય તો પણ હું ગ્રીક અને લેટીન જ પસંદ કરું. જો કે હું ઘણું થોડું લેટીન અને ગ્રીક શીખ્યો પણ આ બંને ભાષાઓના થોડાઘણા જ્ઞાનના કારણે મને મેડીકલ શબ્દો વધુ રસપ્રદ અને સમજી શકાય તેવા લાગ્યા. જેવો મેં મેડીસીન નો અભ્યાસ શરુ કર્યો કે હું નવા શબ્દોનો ઉદ્ભવ સમજી શક્યો. વર્ગમાં કસોટીઓ અને ચર્ચાઓમાં જો મને ખબર ન હોય તો હું તે વૈદકીય શબ્દોના ઉદ્ભવથી જવાબ આપવાની શરૂઆત કરી દેતો અને તે સમય દરમ્યાન મારા વિચારોને કહેવા માટે મનમાં ગોઠવી લેતો. આ વાતની મારા અધ્યાપક પર ખાસ કરીને જયારે તેને પણ આ બાબતનું વધારે જ્ઞાન ન હોય ત્યારે તે વાત સમજવાથી સારી અસર પડી.

ફરી પાછા થોડા નજીકના ભૂતકાળમાં પાછા ફરીએ. થોડીવાર પહેલા મેં કહ્યું હતું કે જયારે હું બાર વર્ષનો થયો ત્યારે મેં અમારા ગામ નજીક આવેલા શહેરની શાળામાં જવાનું શરુ કર્યું. ત્યાં પહેલા બે વરસ સુધી હું મારા કાકાના ઘેર રહ્યો અને તેમના માટે કામ કર્યું. ત્યાં મારે કરવાની કામગીરી પૈકીની એક તે એક મોટા વાસણમાં ખાંડ ઉકાળીને એક ઘાટું મીઠું પ્રવાહી પીણું તૈયાર કરવાનું હતું. તે પ્રવાહી રાત ને દિવસ ઉકળતું રહેતું અને તેથી મેં તે સમયનો ઉપયોગ ખગોળશાસ્ત્ર શીખવામાં કર્યો. દિવાના અજવાળે મેં તારાઓના નકશાઓનો અભ્યાસ કર્યો અને ખુલ્લા આકાશ નીચે જમીન પર સુતા સુતા મેં સ્વર્ગમાં તારાઓથી રચાતી આકૃતિઓ સમજવાનું શરુ કર્યું.

તે દિવસોમાં કામ સાથે અભ્યાસ કરવો તે મારા માટે ઘણું બધું અઘરું બની ગયું. અંતે મેં મારા કાકા માટે કામ કરવાનું બંધ કર્યું અને મારા માતાપિતા પાસેથી જે બ્રેડ અને બટાટા મળી શકતા હતા તે ખાઈ અને ચલાવી લેવાનું નક્કી કર્યું. દર

અઠવાડિયે હું લગભગ અગિયાર થી બાર કિલોમીટર ચાલી અને મારા ખેતરમાં આવેલા ઘેર જતો અને એક કોથળો ભરીને બટાટા અને બ્રેડ લાવતો. તે દિવસોમાં કેલોરી અને વિટામીનની કોઈનેય ખબર નહોતી. પણ મને બહુ વહેલી ખબર પડી ગયી કે એક મોટા થઇ રહેલા કિશોર માટે બ્રેડ અને બટાટા કોઈ પોષણક્ષમ આહાર નહોતો. ભૂખ લાગે તે કોઈ એવી ખરાબ વાત નથી સિવાય કે જો તે વારંવાર લગતી હોય. એક કિશોર માટે ભૂખ ના દુ:ખ કરતા તેની સારા પોષણક્ષમ ખોરાક અને પીણા માટેની ઈચ્છા વધારે બળવતર હોય છે. એક બાળક તરીકે આ બધી હાડમારીઓ વેઠતી વખતે મને ક્યારેય એવો વિચાર નહોતો આવ્યો કે મને થનાર અનુભવોની તુલનાએ આ કંઈ નથી. હું એવું માનતો કે મારું જેવું જીવન છે તેવું જ અન્ય છોકરાઓનું જીવન છે. તે વખતે આ બધી જીવનની કરુણતાઓની એટલી બધી વેદનાઓ નહોતી થતી કે જે પછીના વરસોમાં મને તે સમયની સ્મૃતિ કરતા થાય છે.

બ્રેડ અને બટાટાના આહાર પર શિક્ષણ મેળવવા માટે સંઘર્ષ કરતી વખતે મને ખબર નહોતી કે હું સારા ખોરાકની અછતથી પીડાઈ રહ્યો છું. પણ પછીના વર્ષોમાં મેં મારી યુવાનીમાં જે કારણ વગરની મુશ્કેલીઓ વેઠી હતી તેણે મને સ્વભાવે આકરો બનાવી દીધો હતો. કેમ કે તે ફક્ત અજ્ઞાન નહોતું કે જેને લઈને આમ થતું હતું. અમારા પ્રદેશના લોકોમાં સ્વીકૃત માન્યતા હતી કે જે છોકરો ઉચ્ચ શિક્ષણ ઇચ્છે છે, તે કોઈક દિવસે નરકમાં જવા માટે વિશાળ અને પાપી માર્ગનો પ્રવાસ કરશે. મારો પરિવાર મને આવા ભાગ્યથી બચાવવા માટે કટિબદ્ધ હતો, તેમ છતાં મારા માતાપિતા જ જાણતા હતા કે હું એકેડેમીમાં મારું શિક્ષણ પૂરું કરવાનો દ્રઢ નિશ્ચય કરીને બેઠો છું, અને તેથી તેઓ મારા માર્ગમાં ઘણીબધી મુશ્કેલીઓ પણ ઉભી કરતા હતા.

ખાનગી શાળાના ચાર વર્ષ આજની કોલેજના પહેલા બે વર્ષ બરાબર થાય છે. મેં ત્યાં ત્રણ વરસ અંગ્રેજી વ્યાકરણ, સાહિત્ય અને ઉચ્ય ગણિતશાસ્ત્ર નો અભ્યાસ કર્યો. તે સાથે મેં કેટલાક અન્ય અભ્યાસક્રમો જેવા કે જર્મન કવિતા અને નાટ્યશાસ્ત્ર કે જે મારે શીખવા જરૂરી હતા તે પણ પૂર્ણ કર્યા.

હું ત્યાં એ ચાર વરસોમાં જીવનના ઘણા મૂળભૂત સત્યો તો શીખ્યો પણ ઓછું ભણ્યો. તે સમયે એક વિદ્યાર્થી જેટલું શિક્ષણ મેળવે તેનું જેટલું મહત્વ હતું, તેટલું જ મહત્વનું તે કેટલા સામાજિક સંબધો કેળવે છે તેનું હતું. મારા દેખાવ અને સામાજિક

તાલીમના અભાવને કારણે મને લાગ્યું કે હું અન્ય વિદ્યાર્થીઓ જેવો નહોતો. તેથી હું એમ વિચારતો કે મારે શાળા કે નગરના સામાજિક જીવનમાં પ્રવેશ કરવો જોઈએ નહીં. હવે મને લાગે છે કે તે લાગણીઓ મારા મનમાં એક ગ્રંથી બંધાઈ ગઈ હતી તેના કારણે હતી. હું કેવો મૂરખ હતો કે એવી કલ્પના કરી બેઠો હતો કે લોકો મને હું જેવો લાગુ છું કે જેવી મારી રીતભાત છે તેના કારણે મને સ્વીકારતા નહોતા.

હું શાળામાંથી ઓગણીસ વર્ષની ઉંમરે સ્નાતક થયો. અમારી શાળાના વિદાય સમારંભમાં થયેલી એક મનોરંજક ઘટના મને યાદ આવે છે. અમારી શાળાના દરેક સ્નાતકે તેના ભવિષ્ય માટે એક નિયમ નક્કી કરવો અને પદવીદાન સમારંભમાં ઉપસ્થિત લોકોને તે કહેવાનો હતો. મારો નિયમ હતો કે જમવામાં ક્યારેય મોડા ન થવું. આ ટિપ્પણીનો હેતુ રમુજી બનવાનો હતો, પરંતુ પ્રેક્ષકો માટે તેનો કોઈ અર્થ નહોતો. હું મારા સમગ્ર જીવન દરમ્યાન તે શબ્દો પ્રત્યે ખરેખર વફાદાર રહ્યો છું.

કોઈ પણ વ્યક્તિ તેની બાળપણની કેટલીક મુશ્કેલીઓને જીવનભર યાદ રાખે છે. તે પછી જીવનમાં જે અધ્યયન અને દર્શન આપણે પ્રાપ્ત કરીએ છીએ તેનાથી પણ આ યાદો ભૂંસાઈ જતી નથી. તેમ છતાં આપણે આપણા યુવાનીના અનુભવોને ભૂલી જવાનો પ્રયત્ન કરીએ છીએ. આમ કરવા જતાં ઘણીવાર તે સ્મૃતિઓ આપણને ત્રાસ આપે છે.

મેં, એક અવઢવમાં મુકાયેલા અને દુઃખી છોકરાએ જૂન ૧૮૮૦માં શાળા છોડી દીધી.

*****

પ્રકરણ ૩જું

આજથી પચાસ વરસ પહેલાના સમયમાં એક ગ્રામ્ય પ્રદેશના છોકરો કે જેને ડોક્ટર બનવાની મહત્વકાંક્ષા હતી, તેની મુશ્કેલીઓ સમજવી તે સહેલું નથી. અમારા ખેડૂત વર્ગના લોકો એમ માનતા કે બધાજ વકીલો અને મોટા ભાગના ડોકટરો નરકમાં ગયા છે. અમારા પાડોશમાં કેટલાક ડોકટરોની નિંદા કરવામાં આવતી હતી, કારણ કે તેઓ દારૂ પીવાના ખૂબ શોખીન હતા. તેઓની ખરાબ પ્રતિષ્ઠા પણ હતી, કારણ કે તેઓ પાઈપ પીતા હતા અને ચર્ચની સેવાઓમાં કદી ઉપસ્થિત રહેતા નહોતા. મને ખબર હતી કે જો હું મારી મહત્વાકાંક્ષા વિષે ઘરમાં કોઈને વાત કરીશ તો વિરોધનું વાવાઝોડું ફૂંકાશે. મારા પિતા એવું કહેતા કે બધા વકીલો શેતાન દ્વારા બનાવવામાં આવ્યા હતા અને લગભગ બધા ડોકટરો સમાજના પરોપજીવીઓ હતા. તેઓ ડોકટરો વિષે ખરાબ અભિપ્રાય ધરાવતા હતા કારણ કે તેને અમારા પરિવાર માટે તબીબી સહાય માટે જે ખર્ચ કર્યો હતો, તેના પ્રમાણમાં અમને તબીબો પાસેથી ઓછું વળતર મળ્યું હતું. મારા પિતા વકીલો માટે તેમના આવા નિષ્કર્ષ પર કેવી રીતે પહોંચ્યા તે હું ક્યારેય જાણી શક્યો નથી; તે કદાચ તે સમયના સામાન્ય અભિપ્રાય અનુસાર થયું હોય એવું મારું માનવું છે.

તે દિવસોમાં નેતાઓ તેમની વિશ્વને બચાવવાની ઈચ્છાને કારણે તેમના વ્યવસાયને પસંદ કરતા હતા, તે એક ઉમદા કારણ હતું. જો કે મેડિસિનના ડોકટરો ક્યારેક પ્રસંગોપાત આવું કહેતા હોય છે. પરંતુ હું એવા કોઈ સફળ ડોક્ટરને જાણતો નથી કે જેણે આવો દાવો કર્યો હોય. કોઈ પણ કાર્યને સમર્પિત થવાથી તે કાર્ય ઉત્તમ થાય છે. મોટાભાગના જે લોકો સફળ થયા છે તેઓએ કામ કરવાનું શરૂ કર્યું ત્યાંથી છેક તેમની શ્રેષ્ઠ ક્ષમતા સુધી કાર્ય ચાલુ રાખ્યું છે. તેઓએ તેમના મિત્રો અથવા સંજોગોને આધીન થઈને જે કાર્ય કરવાનું પસંદ કર્યું છે, તેમાં પુરેપુરો રસ લીધો છે.

વિતેલા વર્ષોમાં મેં જે વર્ગોમાં શિક્ષણ આપ્યું છે તેના પર ધ્યાન આપતાં મને આશ્ચર્ય થયું છે કે આ યુવાનોએ શા માટે મેડીકલનો અભ્યાસ કરવાનું પસંદ કર્યું! ઘણી વખત તેમાં અસામાન્ય કારણ હોવાનું જણાયું છે. મોટાભાગના વિદ્યાર્થીઓને પોતાને ખપ પુરતું રળી લેવાની ઈચ્છા હતી. તો બીજા કેટલાક તેમના પિતાની જેમ ડોક્ટર

બનવા ઇચ્છતા હતા. કેટલીકવાર પુત્રની વ્યાવસાયિક કારકિર્દીનો વિચાર કરવા માટે પરિવારની પ્રથમ વ્યક્તિ તરીકે માતાને અધિકાર હતો. જો કે તેનું પોતાનું જીવન તો સંપૂર્ણ રીતે સંતોષકારક ન હતું, તો પણ તેને આશા હતી કે તેનો પુત્ર તેના પિતા કરતાં જીવનમાં વધુ સફળ થશે.

જ્યારે હું ચાર વર્ષનો હતો ત્યારથી મેં ખાલી બાટલીઓથી રમવાનું શરૂ કર્યું હતું અને વારંવાર મારા ઘેર મારી માતાની સારવાર કરવા માટે આવતા ડોકટરોની રીતભાતનું કાળજીપૂર્વક નિરીક્ષણ કર્યું હતું. સભ્ય કોઈ પરિવારનો અમારા ક્યારેય પણ ડોક્ટર નહોતો. અમારા માણસો કાં તો ખેડૂત કે ખેત મજુર હતા અને કેટલાક નેતાઓ અને પદાધિકારીઓ હતા. આથી જો હું ડોક્ટર બનું તો પરિવારમાં પહેલો જ ડોક્ટર હોઈશ. આ વાતે મને જીવનભર પ્રોત્સાહિત કર્યો. જાણ્યે અજાણ્યે પણ બાળપણમાં કોઈપણ વાર ડોક્ટર બનવા સિવાય કોઈ પણ બીજા કામ વિષે ક્યારેય વિચાર્યું નથી.

તે સમયે સામાન્ય રીતે મેડીકલ પ્રેક્ટીસ કરવામાં કોઈને પણ રસ નહોતો. તે દિવસોમાં મેં બીમાર લોકો વિષે જે નિરીક્ષણ કર્યું હતું તેનો નિષ્કર્ષ કરુણાજનક હતો. લોકો રોગ સાથે લગભગ નિરાશાજનક સંઘર્ષ કરતા હતા અને થોડા માણસો આજીવન રોગયુક્ત જીવન વીતાવવાનું નક્કી કરી લેતા હતા, તેમ કરવા સિવાય તેમની પાસે છૂટકો જ નહોતો. મારી પાસે ડોક્ટરના જીવન વિષે વધારે જાણી શકું તેવો કોઈ માર્ગ નહોતો. પણ તેઓ તેમના દર્દીઓની મુલાકાત લેવા માટે પ્રદેશના રસ્તા પર જતા આવતા, ત્યારે હું તેમને જોતો અને જ્યારે તેઓ અમારા ઘેર આવતા, ત્યારે તેઓ મને હંમેશાં દયાળુ અને સમજદાર લાગ્યા હતા. તે વાતે મને અસર કરી. તેઓ અમારા આરોગ્યની સંભાળ લેવા માટે ચિંતાતુર લાગતા હતા. મને ખબર નહોતી કે તેમની પાસે અમને આપવા માટે તે સિવાય બીજું કંઈ પણ નહોતું.

તે સમયના મોટાભાગના ડોકટરો દવાઓની દુકાન ધરાવતા હતા. તેઓ સ્ટોરમાં બેઠેલા હોવાથી તેમના દર્દીઓની તપાસ ત્યાં જ કરતા અને હાજર રહેલા દરેક લોકો તેમનું નિદાન સાંભળતા. તે ડોક્ટર દર્દીની જીભ તરફ જોતા અને તેની નાડીના ધબકારા ગણતા. તે પછી તે દુકાનની બોટલમાંથી દવાઓ લઈ, મિશ્રણ બનાવી અને આપતા. જ્યારે હું કિશોર હતો ત્યારે મારી પીઠમાં વારંવાર દુખાવો થતો હતો અને આ

પીડા મારા પેટના નીચેના ભાગમાં ફેલાઈ જતી હતી. મારા પિતા મને ડ્રગ સ્ટોર ડોક્ટર પાસે લઈ ગયા. ડોકટરે મારી વાત સાંભળ્યા પછી તેની લાંબી દાઢી ખેંચી અને મારા પિતાને કહ્યું: "ડોન, તે હવે ઝડપથી વધી રહ્યો છે." તે વાત સાચી હતી, પરંતુ નિદાન ખોટું હતું. થોડા સમય પછી મને જાણવા મળ્યું કે મને કિડનીસ્ટોનની તકલીફ હતી.

તે દિવસોમાં ઘણા ઓછા ડોકટરોએ મેડિકલ સ્કૂલમાં શિક્ષણ લીધું હતું. તેમાંથી લોકો મોટાભાગનાએ એક અનુભવી ડોક્ટર પાસેથી તેમનું તબીબી શિક્ષણ મેળવ્યું હતું, અને તેમના શિક્ષક ડોક્ટરોએ પણ તબીબી શિક્ષણ તે જ રીતે મેળવ્યું હતું. કેટલાક લોકોએ તેમના તબીબી પુસ્તકો ખરીદ્યા હતા અને કાળજીપૂર્વક તેનો અભ્યાસ કરતા હતા. જો કે બધા ડોકટરો એવા નહોતા, અમારા ગામના એક વ્યક્તિએ તબીબી તાલીમ લીધી હતી. અઢી વર્ષ સુધી તે એવી શાળામાં ગયો હતો કે જેમાં તબીબી શિક્ષણ અપાતું હોવાનું કહેવાતું હતું. તે સ્વભાવે ધીર ગંભીર માણસે એક પ્રતિષ્ઠિત ડોક્ટર તરીકે નામના મેળવી હતી. ડ્રગ સ્ટોર વિપરીત ડોક્ટરોથી તે ડોક્ટરની ઓફિસ હતી. મને સ્વાભાવિક રીતે જ એક ડોક્ટરની ઓફિસ જોવાની તાલાવેલી લાગી હતી. પરંતુ આ ઓફિસમાં મારે કેમ પ્રવેશ કરવો તે સમજાતું નહોતું, કારણ કે મારો પરિવાર ડ્રગ સ્ટોર ડોકટરોની મુલાકાત લેવાનો આગ્રહ રાખતો હતો.

એક દિવસ મને એક આઈડિયા આવ્યો. જો મારે આ માણસની ઓફિસમાં જવું હોય, તો દાંત કઢાવવા માટે જવું. મારો એક પણ દાંત ખરાબ નહોતો, પણ આ ખરેખરા ડોક્ટરની સાથે ઓળખાણ બનાવવા માટે હું મારા એક સારામાં સારા દાંતનો ભોગ આપવા તૈયાર હતો. આ નાનું ઓપરેશન મને તેની ઓફિસને સારી રીતે જોવા માટે તક આપશે. મેં તે દિવસે મારા જીવનમાં સહુ થી વધુ હિંમત ભેગી કરી અને તેમની ઓફિસનો દરવાજો ખોલ્યો. હું જ્યારે તેમના રૂમમાં ગયો ત્યારે મેં જોયું કે ડોક્ટર તેના ડેસ્ક પર બેઠાબેઠા સૂઈ રહ્યા હતા. અચાનક તે જાગી ગયા અને તીક્ષ્ણ અવાજે બોલ્યો, "છોકરા, તારે શું જોઈએ છે?" "દાંત દુખે છે", મેં નબળાઈથી ગણગણાટ કર્યો. ડોક્ટરે ટેબલ પર પડેલા ગંદા સાધનોના ઢગલામાંથી ફોર્સેપ્સ પસંદ કર્યા અને મારી પાસે પહોંચ્યા. "બેસ!" તેમણે આદેશ આપ્યો. "કયો દાંત?" મેં દાંત તરફ નિશાની કરતા જ મારામાં ડર વધી ગયો. તેણે ફોર્સેપ્સથી દાંતને પકડ્યો અને એવા જોરથી ખેંચ્યો કે તે દાંત બહાર નીકળી ગયો. રક્તસ્ત્રાવ બંધ થવામાં થોડો સમય લાગ્યો અને જ્યારે હું તે બંધ થવાની રાહ જોતો હતો, ત્યારે મેં તે ઓરડામાંની બધી બાબતોનું કાળજીપૂર્વક

નિરીક્ષણ કર્યું. તેના ટેબલ પર આઠ કરતાં વધુ પુસ્તકો હતા. તે પછી, ત્યાં એક જૂનો પલંગ, ત્રણ ખુરશીઓ અને એક નાનું ટેબલ હતું કે જેના પર તેણે મારા દાંત પર જેનો ઉપયોગ કર્યો હતો તે સહિત ઘણાબધા માની ન શકીએ તેટલા ગંદા સાધનો મૂક્યા હતા.

આ રૂમ જોઈને મને આઘાત કેમ લાગ્યો નહીં, તે મને સમજાતું નથી. તેની આવી ઓફિસની મુલાકાત લીધા પછી હું મારી ડોક્ટર તરીકેની કારકિર્દી બનાવવા માટે દ્રઢ નિશ્ચયથી થયો. જો કે ત્યારે હું નાનો હતો, તો પણ મને આ માણસની તેના કાર્ય પ્રત્યેની નિષ્ઠા પ્રભાવિત કરી ગઈ હતી. મને ખબર હતી કે તે દેશના અન્ય ડોકટરોની જેમ તેના દર્દીઓ માટે જીવે છે. તેને ઘણા ઓછા મિત્રો હતા, અને તે મર્યાદિત સામાજિક જીવન જીવતો હતું. તેણે તે જ્યાં સુધી થાકી ન જાય ત્યાં મદદ માટેના દરેક કોલ નો - અરે ઘણી વાર ગોઠણ સુધી કાદવકીચડ અને બરફમાં મુસાફરી કરીને પણ જવાબ આપ્યો હતો. તેના માટે તે કાર્ય જ જીવન હતું. પછી એક કાળી રાતે તેની ઘોડાગાડી પલટી ગઈ અને તે ઠંડા પાણીના પ્રવાહમાં પડ્યો. થોડા સમય પછી તેને ન્યુમોનિયા થયો અને તે મૃત્યુ પામ્યો. મારા માટે તે આદર્શ હતો. કેમ કે તે કાદવ, ઊંડા પાણી, વિશાળ કોતરો, એકાંત અને શેતાનથી ડરતો નહોતો.

દસ વર્ષની ઉંમરે મારું તબીબી શિક્ષણ શરૂ થયું. મને ડૉ. ફૂટેની "ફેમીલી ફીઝીશીયન" નામના પુસ્તકની એક નકલ મળી, જે મેં ઘણી વાર વાંચી. તેમાં મને ડીપ્થેરીયા અને ખરજવા વિષે જાણવા મળ્યું. મને તે રોગ વિષે એવું જાણવા મળ્યું કે તે રોગ અમારા એક પાડોશી માટે જીવલેણ નીવડ્યો હતો, ત્યારે મેં તે રોગ વિષે મારા પુસ્તકમાંથી ઉતાવળે વાંચી કાઢ્યું હતું.

હું બાર વર્ષનો હતો ત્યારે શાળામાં મારા વર્ગમાં ફિઝિયોલોજી (દેહધર્મ વિદ્યા) નો જરૂરી અભ્યાસ શરૂ થયો. હું તે શરીરવિજ્ઞાન પુસ્તકનાં સમાવિષ્ટ પ્રકરણો એટલા સારી રીતે શીખ્યો કે હું આજે પણ તે પુસ્તકના કોઈપણ શબ્દો ભૂલી ગયા વિના કહી શકું છું. મારું પોતાનું શરીર ખુબ જ દુબળું હતું, એટલે હું પુસ્તકમાં જણાવેલ મોટાભાગનાં હાડકાંનો અનુભવ કરી અને અભ્યાસ કરી શકતો હતો. આ સમયે જ મેં આ શાળાના પુસ્તકમાં નોંધાયેલા તબીબી અભિપ્રાયો પર શંકા કરવાનું શરૂ કર્યું. તેમાં એવું કહેવામાં આવ્યું હતું કે માનવશરીરના પેટની દોઢ લીટરની ક્ષમતા હોય છે.

મને લાગ્યું કે મારા કિસ્સામાં પેટમાં પ્રવાહી અથવા નક્કર ખોરાકનો મોટો જથ્થો સમાઈ શકે છે. મને પછીથી ખબર પડી કે રોગગ્રસ્ત વ્યક્તિનું પેટ સંકોચન કરે છે અને તે સખત બને છે. આ સ્થિતિમાં પેટ લગભગ દોઢ લીટરની ક્ષમતા ધરાવતું હોય છે. સ્વાભાવિક રીતે એક છોકરાનું પેટ આ મર્યાદાથી વધારે ક્ષમતા સુધી વિસ્તરણ પામવા સક્ષમ હોય છે.

જ્યારે હું લગભગ પંદર વર્ષનો હતો ત્યારે મેં એક અખબારમાં ઓહિયોના ટોલેડોમાં એક મેડિકલ કોલેજની જાહેરાત વાંચી. મેં તે કોલેજના અભ્યાસક્રમો વિષે ની માહિતી માટે કોલેજને પત્ર લખ્યો હતો. તે શાળામાં પ્રવેશ માટે અંગ્રેજીનું વાંચન અને લેખનનું જ જ્ઞાન જરૂરી હતું અને ઉમેદવારે તેમના ચર્ચના પ્રમુખનો પત્ર રજૂ કરવો જરૂરી હતો. આ પત્ર વિદ્યાર્થીના સારા ચારિત્ર્યનો પુરાવો આપવા માટેનો હતો. છેલ્લી મહત્ત્વની આવશ્યક સુચના - અભ્યાસક્રમ માટે વર્ષે સો ડોલરની ફી આપવા માટેની હતી. શિક્ષકોની સૂચિમાં મેં નોંધ્યું કે કેટલાક નામોના અંતે એ.એમ. કે એમ.ડી.છપાયેલા હતા. એમ.ડી.નો અર્થ શું હતો તેની તેની મને ખબર હતી પણ એ.એમ. એટલે શું તેની મને ખબર નહોતી. પછી મેં સંકલ્પ કર્યો કે મારે એ.એમ. થવું છે, કારણ કે હું ડોક્ટરોમાં ટોચના ક્રમે પહોંચવાનો નિર્ધાર કરીને બેઠો હતો. પચાસ વર્ષ પહેલા મેડીકલ સ્કુલના લેક્ચરરોના બે કોર્સમાં ફક્ત પાંચ મહિનાની હાજરીની જ જરૂર હતી.

મારી પાસે ચર્ચના પ્રમુખનો પત્ર અને સો ડોલર તો હતા. પણ હું ભૂલી ગયો હતો કે મેડિકલ સ્કુલમાં ભણતી વખતે મારે ભોજનની વ્યવસ્થા પણ કરવી જરૂરી હતી. મારું શિક્ષણ પૂર્ણ થાય તે પહેલાં દિવસમાં ત્રણ વખત ખાવાની મારી ટેવમાં ફેરફાર કરવો પડ્યો હતો.

આખરે મને ખબર પડી ગઈ કે ડોક્ટર કેમ થવાય છે. મારી આશાઓ વધવા માંડી.

મેડિકલ સ્કૂલ શરૂ કરતા પહેલા વિદ્યાર્થીએ કોઈ પણ ડોક્ટર પાસે દવાઓ વિષે વાંચી અને સમજવાની શરૂઆત કરવાની હતી. તે માટે વિદ્યાર્થીઓએ ડોક્ટરના ઘોડાની સંભાળ રાખવાની, તેની ઓફિસ સાફ કરી આપવાની અને તેના સફાઈ કામદાર અને નર્સ તરીકેની મજૂરી કરવાની હતી. "વિદ્યાર્થી"ની તે સેવાઓની ચુકવણી

કરવા માટે ડોક્ટરે તેને તેના પુસ્તકો વાંચવાની અને તેના થોડા દર્દીઓ જોવાની મંજૂરી આપવાની હતી. કેટલાક ડોક્ટરો વિદ્યાર્થીને તેના વાંચનમાં સલાહ આપતા. જે ડોક્ટર માટે હું કામ કરતો હતો. તે ડોક્ટર આગ્રહ રાખતા હતા કે હું કાળજીપૂર્વક ડૉ.ગ્રે ની "એનાટોમી"માંથી જે કોઈ પાઠ શીખું તે મારે તે ડોક્ટરને તે પુસ્તકના દસ પાના પર જે છાપ્યું હોય તે શબ્દે શબ્દ મોઢે કરી બતાવવાનો હતો. જ્યારે હું મેડિકલ સ્કૂલમાં હતો ત્યારે આ સખત અધ્યયન મને ઘણું મદદરૂપ થયું. હું તે ડોક્ટરને હંમેશાં ખૂબ પ્રેમથી યાદ કરીશ.

મેડિકલ સ્કૂલ શરૂ કરતા પહેલા વિદ્યાર્થીએ કોઈ પણ ડોક્ટર પાસે દવાઓ વિષે વાંચી અને સમજવાની શરૂઆત કર્યા પછી તેનો તબીબી શાળામાં અભ્યાસ શરૂ થતો. મેં નોર્થ વેસ્ટર્ન યુનિવર્સિટી પસંદ કરી કારણ કે તેના પ્રવેશના ધોરણો ઊંચા હતા અને મેડિકલ અભ્યાસક્રમ પૂરો કરવા માટે ત્રણ વર્ષની હાજરી આવશ્યક હતી. દર વર્ષે સાત મહિના સુધી વર્ગો ચલાવવામાં આવતા હતા મારા માટે આ શાળાની પસંદગી યોગ્ય જ હતી. અધ્યાપક સ્ટાફમાં તબીબી વ્યાવસાયિક જગતના પ્રથમ શ્રેણીના ઘણા ડોક્ટરો હતા. તેઓ સારા શિક્ષકો પણ હતા. સારા ગુરુ થવા માટે બે ગુણો આવશ્યક છે. સમગ્ર શિક્ષણ એવા ડોક્ટરો દ્વારા આપવામાં આવતું હતું કે જેઓ મેડીકલ પ્રેક્ટિસ કરતા હતા. અમારી શાળામાં ફક્ત બે કાયમી કાયમી સ્ટાફ મેમ્બર્સ હતા. તેમાં એક રસાયણશાસ્ત્રના પ્રોફેસર અને એક સફાઈ કામદાર હતો, તેથી શાળામાં વિજ્ઞાનના શિક્ષણ પ્રત્યે ખાસ ધ્યાન આપવામાં આવતું નહીં.

અમારે હિસ્ટોલોજી અને પેથોલોજી પર અભ્યાસક્રમ માટે નક્કી કરવામાં આવેલું પાઠ્ય પુસ્તક સંપૂર્ણ પણે શીખવું જરૂરી હતું. તે અનિયમિત ગ્રીક ક્રિયાપદો શીખવા જેવું હતું. તે યાદ કરવા માટે સખત મહેનત કરવી પડે તેમ હતી. અમારી પરીક્ષા લેવામાં આવતી હતી અને તેથી ઘણી વાર અમે સરળતાથી પુસ્તકોની સામગ્રીને આજે પણ યાદ કરી શકીએ છીએ. આ શિક્ષણની પદ્ધતિના તેના ફાયદા છે. જે કોઈ ખરેખર અનિયમિત ગ્રીક ક્રિયાપદો વિષે થોડું પણ શીખ્યા હતા તેણે તેથી જ ભવિષ્યના અભ્યાસ માટે સારી શરૂઆત કરી હતી. મને લાગે છે કે હવે શિક્ષકો તેમ માનતા નથી કે વ્યક્તિને તર્ક આપવા માટે તથ્યો હોવા આવશ્યક છે. કોઈ વ્યક્તિ જન્મજાત જ્ઞાની હોતી નથી. જ્ઞાન પ્રાપ્ત કરવા માટે તેણે સખત અભ્યાસ કરવો જ જોઈએ. તે સમયમાં

અભ્યાસની શરૂઆત ભણેલું યાદ કરવાથી થતી અને પછી તેનું વિવેચન કરવામાં આવતું હતું. અમે તે જ ક્રમમાં મેડીકલ પ્રેક્ટિસ કરવાનું શીખ્યા છીએ.

અમને યુવાન સર્જનો એનાટોમીનું શિક્ષણ આપતા. અમારે ડો. ગ્રે ના "એનાટોમી" પુસ્તકનાં બધાજ શબ્દો કોઈ પવિત્ર માણસ તેની પ્રાર્થના કરે તેમ શીખવાના હતાં. જે વિદ્યાર્થી તે પુસ્તકના લખાણનું સંપૂર્ણ રીતે પુનરાવર્તન કરી શકે તેને એક સારો વિદ્યાર્થી માનવામાં આવતો હતો. મારા કોલેજના દિવસોમાં પ્રશિક્ષકો મહત્વપૂર્ણ સામગ્રી પર ભાર મૂકતા નહોતા અને તેથી અમે મહત્વપૂર્ણ તથ્યો કરતા ઓછા મહત્વના તથ્યોને વધારે સારી રીતે શીખ્યા. જો કે ડિસેક્ટીંગ રૂમમાં આપવાની સૂચના ખૂબ વ્યવહારુ હતી. જયારે અમે મેડીકલ પ્રેક્ટિસ કરવાનું શરૂ કર્યું ત્યારે અમને ફક્ત તે જ કામમાં આવ્યું. કમ સે કમ અમે તે જાણતા હતા કે ક્યાં કાપવું નહીં. તે દિવસોમાં ડીસેક્ટીંગ રૂમ હંમેશા ગંદો અને અસ્તવ્યસ્ત રહેતો હતો. તે દિવસોમાં ડીસેક્શન કરવા માટેની સામગ્રીની જાળવણી કેમ કરવી તે કોઈ ખાસ જાણતા નહોતા. ઘણા વિદ્યાર્થીઓએ તે ગંધાતા ઓરડામાં પહેલી જ વાર સિગારેટના ધુમાડા કાઢ્યા હતા. આગળથી જ એવી વાત ચાલતી આવતી હતી કે જો તમે ધૂમ્રપાન ન કરો ત્યાં સુધી તે દુર્ગંધ સહન કરવી અશક્ય છે, પરંતુ મેં ઓછી ગંધ પસંદ કરી છે અને કોઈ દિવસ ધુમ્રપાન કર્યું નથી.

વ્યાખ્યાનો દ્વારા અધ્યાપન કરવું વિદ્યાર્થી માટે મદદરૂપ હતું કારણ કે વ્યાખ્યાતા ભારપૂર્વક કહેતા હતા કે સામાન્ય વ્યવહારમાં કઈ બાબત મહત્ત્વની હતી. પ્રશિક્ષકોની સંખ્યા ઓછી હતી, ફક્ત સોળ. આજે નોર્થવેસ્ટર્ન યુનિવર્સિટીમાં મેડિકલ સ્કૂલમાં ચારસોથી વધુ પ્રશિક્ષકો છે. મારા વિદ્યાર્થીકાળના દિવસોમાં એક શિક્ષક આખા વર્ગને સંબોધિત કરતા હતા. જયારે આજે નાના નાના ગ્રુપમાં શિક્ષણ આપવામાં આવે છે અને વિવિધ પ્રકારના અભ્યાસક્રમો પણ આપવામાં આવે છે. તે સમયે બેક્ટેરિયોલોજીના વિષયમાં અમારી કોલેજમાં થોડાઘણા વ્યાખ્યાનો લેવામાં આવતા હતાં અને પ્રયોગશાળામાં કોઈ પણ જાતનું પ્રાયોગિક કાર્ય કરવામાં આવતું નહોતું. હવે જ્યારે આજે ઘણા બધા ટૂંકા અભ્યાસક્રમો આપવામાં આવે છે, તેમાં પણ વિદ્યાર્થીઓ માટે કોઈ એક જ વિષયમાં અભ્યાસ કરવો તે જે તે વિષયમાં છેલ્લા વરસોમાં થયેલા વિશાળ સંશોધનોથી ઉમેરાયેલા જ્ઞાનના કારણે ઘણો મુશ્કેલ બની ગયો છે.

અમારી શાળામાં બે શિક્ષકો એવા હતા કે જેમનો હું હંમેશા આદર કરતો હતો. એકમાં તબીબી વ્યવસાયની મોટી જવાબદારીથી અમને પ્રભાવિત કરવાની ક્ષમતા હતી. તેઓ અમને હંમેશા એમ કહેતા કે તમે જે સારવાર કરવાના છો તેનાથી દર્દીને જે નુકસાન થઈ શકે છે; તે વિષે પ્રથમ વિચારો. તે અમને સતત યાદ અપાવતા કે જે માહિતી દર્દી ડોક્ટરને આપે છે, તે સત્ય વચન માની અને ધ્યાનમાં લેવી જોઈએ. બીજા શિક્ષક શસ્ત્રક્રિયા શીખવા માટે ઓપરેશનના નમુનાઓનો પ્રયોગશાળામાં કાળજીપૂર્વક અભ્યાસ કરવા માટે આગ્રહ રાખતા. જો કે આ સાવ સાચું નથી. સર્જીકલ પેથોલોજીમાં કોઈ પણ રોગના લક્ષણોનું વર્ણન તે રોગની શરૂઆતથી કરવામાં આવે છે. અમારા શિક્ષકો અમને ઘણીવાર કહેતા હતા કે એક સર્જન તેના મનમાં દર્દીમાં રોગના વિકાસ અંગેનું એક ચિત્ર રચવા માટે સક્ષમ હોવો જોઈએ. કોઈ રોગથી દર્દી કેમ મરી ગયો તેનો જવાબ આપણે શોધવો જોઈએ. જો તે અંગે આપણને વધારે જ્ઞાન હોત તો આપણે પહેલેથીજ તે રોગના માનવ શરીરમાં લક્ષણો દેખાતાવેંત સમજી શક્યા હોત અને તે પછી આપણે તેનો ફેલાવો અટકાવી શક્યા હોત. તે સર્જીકલ પેથોલોજીની મૂળ ભાવના છે. કોઈપણ ડોક્ટર કોઈ પણ એક રોગના ઘણાબધા કેસનો અભ્યાસ કર્યા પછી જે કેસ તેના હાથ પર હોય તેની અન્ય કેસ સાથે તુલના કરી અને તે પછી જ અંદાજ કાઢી શકે છે કે તે શું કરી શકશો. તેણે ક્લિનિકમાં રોગનું અવલોકન કરવાનું છે, તે પછી તેને ઓપરેટિંગ ટેબલ પર વધારે તપાસ કરી અંતે તેનું માઈક્રોસ્કોપિક પરીક્ષણ કરવાનું છે. વધુ અનુભવી સર્જનને પ્રયોગશાળાના અભ્યાસની ઓછી જરૂર હોય છે. જ્યારે મારા શિક્ષકે એમ કહ્યું કે કોઈપણ સર્જને તેના માઈક્રોસ્કોપમાં દિવસમાં એક વાર તો જોવું જ જોઈએ, ત્યારે તેનો કહેવાનો અર્થ એ જ હતો કે એક પેથોલોજિસ્ટ ફક્ત ઓપરેશનમાં કામ આવતા પરિબળોનો માત્ર એક ભાગ જુએ છે. તે મનુષ્યને જોતો નથી પણ સ્લાઈડ પરના બેક્ટેરિયાને જુએ છે અને તેનો નિષ્કર્ષ આપે છે. આજે હોસ્પીટલમાં જે સર્જિકલ પેથોલોજીમાં શીખવવામાં આવે છે તે ભણવામાં રસ પડે નહીં તેવું અને નકામું છે.

આજે ઘણા સર્જનો એ વાત સાથે સંમત થશે કે ઓપરેશન દરમિયાન પ્રાપ્ત રોગગ્રસ્ત પેશીઓનો અભ્યાસ કરવો જોઈએ. પરંતુ તેઓ તેમ કરવામાં નિષ્ફળ જાય છે અને તે સર્જનો જે આવી સામગ્રીનો કરતાં અભ્યાસ નથી તેઓ તેમના કામનો રસપ્રદ ભાગ ચૂકી જાય છે. એક સારો સર્જિકલ પેથોલોજિસ્ટ જાણે છે કે જ્યારે તે

માઇક્રોસ્કોપ હેઠળ નમૂનાનો અભ્યાસ કરે ત્યારે તેણે શું અપેક્ષા રાખવી જોઈએ, છતાં જ્યારે તે તેના માઇક્રોસ્કોપમાં જુએ છે ત્યારે તેને હંમેશાં આશ્ચર્ય થાય છે અને તે પત્તાની રમતની ચાલ જેવી અનિશ્ચિતતા અનુભવે છે.

તે પહેલાના દિવસોમાં પણ આજે વિદ્યાર્થીઓ જેટલી મહેનત કરે છે તેટલીજ સખત મહેનત કરતા. આજે વિદ્યાર્થીઓને અમે શું ભણતા અને અમારો સમય કેવી રીતે પસાર થતો તે જાણીને નવાઈ લાગે છે. તે સમયે મેડીકલ ક્ષેત્રે આજે આપણે જાણીએ છીએ તે કરતા ઘણી બધી ઓછી બાબતોની જાણકારી હતી. પણ અમે અમારા પુસ્તકોમાં જે કંઈ આપ્યું હતું તે પૂર્ણપણે શીખી લેતા. તેથી એક યુવાન ડોક્ટરનો જ્યારે કોઈ એવા કેસ સાથે પહેલી જ વાર પનારો પડે ત્યારે તેને તે રોગ ઓળખી લેવામાં ખુબ જ મદદરૂપ થતું. કદાચ તેને તેના મેડીકલ સ્કુલના કોર્સમાં આવા કેસમાં શું પરીસ્થિતિ થાય છે તે કદાચ જોયું પણ ન હોય, તો પણ તેનું આવું પુસ્તકિયું જ્ઞાન તે જ્યારે રોગનું નિદાન કરવાનું શરુ કરે ત્યારે તરતજ કામમાં આવતું.

આજે જેટલા છે એટલાબધા તબીબી સિદ્ધાંતો પચાસ વર્ષ પહેલાં નહોતા. જો કે અમે રોજના વ્યવહારમાં જોવા મળતા રોગના લક્ષણો જાણતા હતા પરંતુ અમે એવા રોગો વિષે પણ શીખ્યા કે "જેનો ક્યારેય સામનો કરવાનો ન આવે તો સારું" એવું કહેવામાં આવ્યું છે. મેડીકલ પ્રેક્ટિસ કરવા માટે, "તમારે ઘણું બધું જાણવાની જરૂર નથી, પરંતુ જે જરૂરી છે તે બધું તો તમારે સારી રીતે જ જાણવું જોઈએ".

અમે પીડાને સંપૂર્ણપણે સહન થઇ શકે તેટલી સરળ કરવા માટે સારવાર કરવાનું શીખ્યા, એટલે કે નિદાન થાય ત્યાં સુધી અથવા દર્દી સ્વસ્થ ન થાય ત્યાં સુધી દર્દીનું જીવન કેવી રીતે આરામદાયક બનાવવું તે અમે શીખ્યા છીએ. જીવ બચાવવો તે ડોક્ટરનું કાર્ય છે. રોગની પીડામાં રાહત થાય તેમાં દર્દીને રસ હોય છે. પીડા દુર કરવામાં કુશળતા એ સામાન્ય મેડીકલ પ્રેક્ટીસ કરતા ડોક્ટર માટે ખૂબ જ મહત્વપૂર્ણ છે. રોગ ના લક્ષણોની સારવાર કરવી તે કોઈ વૈજ્ઞાનિક પદ્ધતિ નથી અને તેથી આવું તબીબી શાળાઓમાં શીખવવામાં આવતું નથી.

મારા સમયના વિદ્યાર્થીઓની આજનાં યુવા વિદ્યાર્થીઓ સાથે તુલના કરવી રસપ્રદ છે. આજનો તબીબી વિદ્યાર્થી અમારા વિદ્યાર્થીકાળમાં કલ્પના ન થયેલ ઘણી બાબતો વિષે આજે જાણે છે. પરંતુ અમે આજનાં વિદ્યાર્થી કરતાં સામાન્ય રોગ વિષે વધુ

મૂળભૂત તથ્યો જાણતા હતા તેમજ ડ્રગ્સ વિષે પણ વધુ સારી રીતે જાણતા હતા અને રોગના લક્ષણો જોઈને તેનો ઉપયોગ કેવી રીતે કરવો તે પણ અમે જાણતા હતા.

કોઈ પણ ડોક્ટર પાસે કેટલું તેના વિષયનું આધુનિક વૈજ્ઞાનિક ઢબે મેળવેલું જ્ઞાન છે તેના કરતા પણ વધુ મહત્વની વાત અને જો તેની સરખામણી કરવાની હોય તો મેડીકલ પ્રેક્ટીસ કરવી તે એક કળા છે. એક અનુભવી ડોક્ટર તેના દર્દીઓમાં વધારે શિક્ષિત પણ ઓછા અનુભવી ડોક્ટર કરતા વધારે સફળ રહેતો હોય છે. અમે અમારા જુના ડોક્ટર શિક્ષકો પાસેથી એવી ઘણી વાતો શીખ્યા છીએ કે જે આજે ઘણા વિદ્વાન પ્રાધ્યાપકો પાસેથી પણ આજનો વિદ્યાર્થી શીખી શકતો નથી. અમે અમારું શિક્ષણ જ્યારે સમય મર્યાદામાં પૂર્ણ કર્યું ત્યારે અમને ડીપ્લોમાં કોર્સ પૂર્ણ કર્યા અંગેનું સર્ટીફીકેટ આપવામાં આવ્યું. તેમાં અમને કેટલું આવડતું હતું તે ધ્યાનમાં લેવામાં જ નહોતું આવ્યું. આ સર્ટીફીકેટ થી અમને એ ખબર પડી કે અમે માણસને સાજો કરવાની કળાની પ્રેક્ટિસ કરવા માટે લાયક છીએ.

અમારા શિક્ષકોએ અમને જ્ઞાન થોડું આપ્યુ, પરંતુ તેઓએ અમને બીમાર લોકોની સેવા કરવાની ઈચ્છા અને અનિશ્ચિતપણે કામ કરવાના સંકલ્પથી પ્રેરણા આપી. જો મને ફરીથી આ જીવન જીવવાનું મળે તો હું એ જ જૂના શિક્ષકો પાસે જ અભ્યાસ કરવાનું પસંદ કરીશ. દરેક શિક્ષકની પોતાની પ્રતિભા હતી, દરેક શિક્ષક તેના પોતાના અનુભવનો નિચોડ હતો. આજે પણ ડોક્ટર સામાન્ય માનવ સમજ, વૈજ્ઞાનિક ઢબે મેળવેલું આધુનિક જ્ઞાન અને તેની કુશળતાનો ઉપયોગ કરવાની કળાને જોડી અને પોતાનું પાત્ર વિસ્તૃત કરે છે. દવાઓનું સામાજીકરણ થવાથી (સામાન્ય રીતે કોઈ સામાન્ય લક્ષણો દેખાય એટલે કે તાવ આવે, શરદી થાય કે માથું દુખે કે પેટમાં દુખે ત્યારે દર્દી જાતે જ મેડીકલ સ્ટોરમાં જઈ અને દવા ખરીદી અને લઈ લે તે) ડોક્ટર તેના દર્દી પ્રત્યેની માનસિક લાગણીથી દુર થતા જાય છે અને તેથી ડોક્ટરની વ્યક્તિગત પ્રતિભાનો નાશ થાય છે.

પચાસ વર્ષ પહેલાં મેડીકલ પ્રેક્ટિસ કરવા માટેની શૈક્ષણિક લાયકાતો આટલી બધી નહોતી, પરંતુ તે સામાન્ય લોકોની શૈક્ષણિક લાયકાતો કરતા તો વધારે હતી જ. જેમ જેમ ડોક્ટરો તેમની વ્યવાસાયીક સુધારણાની જરૂરિયાતો વિષે જાગૃત થયા તેમ તેમ તેમણે પોતાને માટે ઉચ્ચ ધોરણો બનાવ્યા. ક્યારેક અતિ શ્રીમંત

વ્યક્તિઓએ તબીબી ક્ષેત્રમાં પ્રગતિ થાય તે માટે યોગદાન આપ્યું છે. આપણે એમ કહી શકીએ કે રોકફેલર પરિવારે તબીબી શિક્ષણમાં ઇતિહાસના અન્ય કોઈ પણ વ્યવસાયિક લોકો કરતાં વધારે સહાય કરી છે.

રોગને કાબૂમાં રાખવા માટે ડોકટરો સખત મહેનત કરે છે કારણકે જે જીવ બચાવી શકાયો નથી; તે વાતની કરુણતા હમેશા યાદ રહે છે. આવી રીતે દર્દીને ગુમાવવો તે ડોક્ટરને જરાય ગમે નહીં. આપણે આ અનુભવોને પુનરાવર્તિત કરવા માગતા નથી. તે વ્યક્તિ કે જેણે એમ કહ્યું છે કે "ત્રણ ગુણ્યા દસ વર્ષ બધા લોકો જીવન જીવી શકે છે." તેણે ડોક્ટરો વિષે જ વિચાર્યું હોવું જોઈએ. જ્યારે કોઈ ડોક્ટર સિત્તેર વર્ષનો થાય છે ત્યારે તેનું મગજ પુરાણી યાદોથી વિહ્વળ થઈ જાય છે. તેની સહનશક્તિની સીમા આવી ગયી હોય છે. તે તેની સફળતાને ભૂલી ગયો હોય છે, પરંતુ જે કંઈ સારું થાય છે, તેની અપેક્ષા રાખવામાં આવી હોય છે, અને ભૂતકાળમાં થયેલી દુર્ઘટનાઓ તે ભૂલી શકતા નથી. આવી બાબતો ડોક્ટરોને વધુ સારા શિક્ષણ માટે કામ કરવાની, નવા તથ્યો શોધવાની ફરજ પાડે છે, કે જેથી આપણે ભૂતકાળની ભૂલોથી સુરક્ષિત થઈ શકીએ છીએ.

*****

પ્રકરણ ૪થું

ગ્રામ્ય પ્રદેશમાં તબીબી પ્રેક્ટિસ કરવી એટલે કે કે ડોકટરોએ તેમના જે દર્દીઓ ફાર્મ પર રહેતા હતા મુલાકાત લેવા માટે ત્યાં જવાનું. જે ડોક્ટરો ગામડામાં રહેતા હતા ત્યાં લોકો ભાગ્યે જ ડોકટરની ઓફિસની મુલાકાત લેતા હતા. સામાન્ય રીતે લોકો સામાન્ય બીમારીઓમાં સરળ ઉપચારોથી ચલાવી લેતા. જો રોગ ગંભીર હોય કે પીડા અસહ્ય હોય તો જ તેઓ ડોક્ટરને બોલાવતા હતા.

તે સમયે ગ્રામ્ય પ્રદેશના ડોક્ટરનું કાર્ય બે ભાગોમાં વહેંચાયેલું હતું; પહેલું તો ડોક્ટરે દર્દી પાસે પહોંચવા માટે વાહનની વ્યવસ્થા કરવાની અને તે પછી દર્દીની પલંગ પાસે પહોંચ્યા પછી તેની સારવાર કરવાની. તે માટે ડોક્ટરે જે કંઈ પરિવહન માટે ઉપલબ્ધ ઘોડાગાડી લઈને, ઘોડેસવારી કરીને, સાયકલ ચલાવીને અથવા ચાલીને પહોંચવાનું હતું. જો રસ્તા સારા હોય અને અંતર લાંબુ ન હોય તો સાયકલ લઈને જવું અનુકુળ હતું. પણ મને સાયકલ ચલાવવી ગમતી નહોતી, કારણ કે મારા પગ લાંબા હતા અને જો લાંબા પગવાળો માણસ જ્યારે સાયકલ સવારી કરે છે, ત્યારે તે ક્યારેય મેડીકલ પ્રોફેશનલ લાગતો નથી.

મોટાભાગની બીમારીઓનો ઉપદ્રવ ખરાબ હવામાન દરમિયાન થતો હતો. તે સમયે હતા સ્થિતિમાં ખરાબ રસ્તાઓ, અને ઘણીવાર કેટલાક વિસ્તારોમાં રસ્તાઓનું નામો નિશાન નહોતું. શિયાળા અને તોફાની હવામાન દરમિયાન હું હંમેશા મોટાભાગે ઘોડાગાડીમાં ચોવીસ કલાક પસાર કરતો હતો. જયારે સારા રસ્તાઓ થઈ જતા હતા ત્યારે લોકો સ્વસ્થ બની જતા હતા. પ્રદેશના રસ્તાઓ પર વાહન ચલાવવાથી ડોક્ટરનો ઘણો સમય બરબાદ થતો હતો અને તે અસુવિધાજનક હતું. પરંતુ અમે તેને અમારી કામગીરીના એક ભાગ રૂપે સ્વીકાર્યું હતું. ગ્રામ્ય પ્રદેશના ડોક્ટરને પડતી આવી મુશ્કેલીઓથી ઘણા યુવા તબીબોને નિરાશ થઈ જતા હતા. પરંતુ હું ખેતરમાંજ જન્મ્યો અને મોટો થયો હતો અને તેથી આવી મુશ્કેલીઓથી હું ટેવાઈ ગયો હતો. નિયમિતપણે પૈસા કમાવાની સંભાવના મને આનંદિત કરતી હાતી અને તેથી મેં તે સમયમાં હંમેશા મુશ્કેલીઓની અવગણના કરી હતી.

જ્યારે હવામાન સારું હોય ત્યારે એક ઘોડો એક કલાકમાં લગભગ અગિયાર કિલોમીટર જેટલી મુસાફરી કરી શકતો હતો. પરંતુ વરસાદની ઋતુમાં જ્યારે ધરતી નરમ અને ભીની હોય, ત્યારે ઘોડો એક કલાકમાં પાંચ કિલોમીટરથી વધારે ચાલી શકતો નહોતો. એક ખચ્ચર એ પરિવહન માટે સૌથી અનુકૂળ પ્રાણી હતું. એક ખચ્ચર એક કલાકમાં લગભગ ચાર કિલોમીટર ચાલતું. પણ જો તમે તેને વધુ ઝડપથી ચલાવવા માટે પ્રયત્ન કરો તો તે એક કલાકમાં માંડ ત્રણેક કિલોમીટર ચાલતું અથવા અટકી જતું અને આગળ વધવાની ના પાડી દેતું. મોટાભાગના ખચ્ચર મનમોજી સ્વભાવના હોય છે, પરંતુ તેમાં ક્યારેય ડેડ બેટરી, ટાયરમાં પંચર પડે કે પેટ્રોલની ટાંકી ખાલી થઇ જવાના પ્રશ્નો ઉપસ્થિત થતા નથી. ખચ્ચરથી થતું પરિવહન માત્ર ધીમું હતું એટલુજ નહોતું. પણ જો કોઈ ડોક્ટર ખચ્ચર પર દર્દીની મુલાકાત લેવા માટે આવતો તો તેની સારી છાપ પડતી નહીં; અને એક યુવાન ડોક્ટર માટે તેની છાપ સારી પડવી તે પણ એટલુજ મહત્વપૂર્ણ હતું. એકવાર મેં ફક્ત સત્તર કિલોમીટર ખચ્ચર પર પાંચ કલાક સુધી મુસાફરી કરી અને જ્યારે હું ખેતરમાં આવેલા ઘરમાં દાખલ થયો ત્યારે દર્દીએ મને કહ્યું, "ડોક્ટર, તમે મોડા પહોંચ્યા છો." જ્યારે હું તેની પાસે પહોંચવા માટે મહેનત કરતો હતો તે સમય દરમિયાન તેનું એપેન્ડિક્સ ફાટી ગયું હતું.

બગી(નાની ઘોડાગાડી) એક બેઠા ઘાટનું ચાર પૈડાવાળું વાહન હતું. તેમાં એક કે બે ઘોડા જોડવામાં આવતા હતા. તે એક અનુકૂળ અને આરામદાયક પ્રકારનું વાહન હતું. ચાલક પવન, વરસાદ અને બરફ સામે રક્ષણ મેળવી શકે તે માટે તેના પર કેનોપી હતી. જો રસ્તો સારો ન હોય કે હોય જ નહીં ત્યારે ઘોડેસવારી કરવામાં આવતી હતી. લીલાછમ ઘાસના મેદાનો વાળા પ્રદેશમાં રસ્તાઓ શોધવાનું સરળ હતું, અને તેથી મેં ભાગ્યે જ લાંબી ઘોડેસવારી કરી હતી. પશ્ચિમના પ્રદેશના નાના ઘોડાઓ, જેનો ઉપયોગ ઘોડેસ્વારો દ્વારા કરવામાં આવતો હતો, તેને કાબુમાં કરવા ઘણીવાર સહેલા નહોતા. તે ઘોડાઓ શિયાળામાં કડકડતી ઠંડીથી બચાવવા માટે તમે તેમને પગ અને શરીરની આસપાસ કાપડથી લપેટી લો તે પસંદ કરતા નહોતા. એક ડોક્ટરે કડકડતી ઠંડીથી તેના ટટ્ટુને પગ અને શરીરની આસપાસ ધાબળો લપેટીને બચાવવાનો પ્રયાસ કર્યો, તો તેના ટટ્ટુએ તરત જ તેને લાત મારીને જમીન પર ફેંકી દીધો હતો.

એક બગીની બેઠક લગભગ છત્રીસ ઇંચ લાંબી હતી, અને તે બે વ્યક્તિઓને બેસવા માટે પૂરતી પહોળી હતી. પરંતુ આ બેઠક એક નાના પલંગની ગરજ પણ

સારતી. તેનો ચાલક ડોક્ટર તેના ઘોડાને એક વાર દર્દીની મુલાકાત લેવા માટે યોગ્ય યોગ્ય દિશામાં દોરી જાય અને જ્યારે તે પાછો આવે ત્યારે તે સામાન્ય રીતે સીધો જ ઘરે જતો રહેતો હતો. જ્યારે હું ઘર તરફ પાછો ફરું ત્યારે અંધારું થઈ જતું હતું અને હું બગીની આગળના ભાગ પર પગ લંબાવીને સીટ પર સૂઈ જતો હતો.આ નહોતું આરામદાયક કે નહોતું મનોહર; પણ હું આ સ્થિતિમાં પણ સૂઈ શકતો હતો અને રાત્રે ઊંઘ આવે ત્યારે ગૌરવ મહત્ત્વનું નથી હોતું. મારો ઘોડો મારા કેટલાક દર્દીઓના રસ્તાઓ જાણતો હતો અને હું ત્યાં તેને તેની મેળે જવા દેતો હતો.

જ્યારે રાત્રીનું આકાશ ખુલ્લું અને સ્વચ્છ હોય, ત્યારે હું ધ્રુવતારાની મદદથી દિશા શોધી લેતો. અને સાન્ટા ફે રેલરોડ ટ્રેક મને પૂર્વ અને પશ્ચિમ દિશાઓમાં માર્ગદર્શન આપતો. માત્ર એક વાર વાદળછાયા વાતાવરણમાં રાત્રે મારે એક ફાર્મહાઉસ શોધવાનું હતું; અને કઈ દિશામાં જવાનું છે તે મારે પૂછવું પડ્યું હતું. સામાન્ય રીતે ભસતા કુતરાઓ ઘરનું સ્થાન સૂચવે છે. પરંતુ તે કૂતરાઓને પાર કરવા તે મુશ્કેલ કાર્ય હતું અને જ્યારે તેઓ ઘોડા પર હુમલો કરતા ત્યારે ઘોડો એકદમ ડરી જતો હતો.

હું હંમેશાં મુસાફરીમાં મારી બંદૂક સાથે રાખતો અને જો મારો અવાજ અને ભસતા કુતરા ખેડૂતને જાગૃત ન કરતા, તો મારી બંદૂકમાંથી હવામાં થોડા ગોળીબાર કરતો અને જ્યારે ખેડૂતને ખબર પડે કે હું આવ્યો છું, ત્યારે તે મને ઘરમાં આવવા માટે મદદરૂપ થતો. કેટલીકવાર ખેડૂતો તેમના ઘોડા લઈને મારા દર્દીના રસ્તા તરફ જવા માટે મારી સાથે સવારી કરતા.

કુતરાઓના ભસવાના કારણે ઘોડા ભડકી અને ભાગી જવા પ્રયત્ન કરતા. લગભગ મોટાભાગના ખેતરોમાં બે થી ત્રણ એવા દાઢીયા કુતરાઓ રહેતા જ કે જેને ઘોડાગાડીનો પીછો કરવાની મજા આવતી. ઘણી વખત હું મારા ઘેર પાછો ફરતી વખતે આખી રાત ઘોડાગાડીમાં સુતા સુતા જ મુસાફરી કરતો. ક્યારેક અચાનક મારી ઘોડાગાડી ખખડવા અને ડગમગવા લગતી અને હું જાગી જતો અને મને ખબર પડતી કે અંધારામાં જ મારી ઘોડાગાડીનો કેટલાક મોટેથી ભસતા દાઢીયા કુતરાઓએ પીછો કર્યો છે. ફાર્મ હાઉસના કુતરાઓ જેવી કોઈ ઘોડાગાડી ફાર્મ હાઉસમાં પ્રવેશ કરે કે તેની પર હુમલો કરવા માટે ધસી જતા. જો ડરી ગયેલો ઘોડો સીધેસીધો જ આગળ કુતરાઓ

તરફ દોડી જાય તો કુતરાઓને મુશ્કેલી થઇ પડતી. પણ જો કુતરાઓ દોડતા દોડતા ઘોડાથી આગળ નીકળી જાય અને ઘોડાના નાક પર કુદકો મારે તો ઘોડાગાડીને રસ્તા પર ઉંધી વાળી દે તેવું પણ બનતું.

કુતરાઓને સારી રીતે તાલીમ આપીને કેળવવા તે અત્યંત આવશ્યક હતું. કેટલાક કુતરા જો તેને એવું લાગે કે તેના પગ પાસેજ ગોળી લાગી છે કે તરત જ સમજી જતા. પણ એક હોશિયાર કુતરો સમસ્યારૂપ હતો અને એક વાર તેણે મારા ઘોડાના માથા પર કુદકો મારી અને ઘોડાની લગામ તેના દાંતમાં મજબુતીથી પકડી લીધી અને ડરી ગયેલો ઘોડો બેકાબુ થઇ અને આડેધડ દોડવા લાગ્યો. થયું એવું કે જો હું કુતરાને ગોળી મારવાનો પ્રયત્ન કરું તો ઘોડાને ઈજા થઇ જાય. તે દિવસે તો માંડ બચ્યા. પણ એક સારા દિવસે જ્યારે હું તે રસ્તે મુસાફરી કરતો હતો ત્યારે મેં મારી બંદુક તૈયાર રાખી અને તે કુતરા માટે વાટ જોતો જ હતો. જેવો હું તે ખેતરના વાડામાં દાખલ થયો અને જોયું કે તે જંગલી પ્રાણી રસોડાના દરવાજા પાસેજ મારી કે મારા ઘોડાની પરવા કર્યા વિના ઉભું હતું. હું ધીરેથી બગીમાંથી ઉતરી ગયો અને ઘાસમાં લાંબો થઈને આડો પડ્યો. આ પરિસ્થિતિમાં હું મારી બંદૂકથી સારી રીતે નિશાન લઇ શકું તેમ હતો. તે પછી મેં તે કુતરો જ્યાં ઉભો હતો ત્યાં તેના આગલા બે પગ વચ્ચે જમીનમાં ગોળી છોડી. તે કોઈ વ્યાજબી કે ભલાઈ ભર્યું કૃત્ય નહોતું, પણ તે પછી મને તે કુતરાથી કદી પણ તકલીફ પડી નહીં.

જ્યારે રસ્તો સારો હોય ત્યારે મેં ઘોડાગાડીમાં મારો સમય વાંચીને અથવા વાડના થાંભલાઓ પર નિશાનબાજીની પ્રેક્ટીસ કરીને કે સસલાઓને શૂટ કરીને પસાર કર્યો હતો. તે સિવાય મેં થોડો જીવશાસ્ત્રનો અભ્યાસ કર્યો અને સારું એવું ફ્રેંચ ભાષાનું પણ જ્ઞાન મેળવ્યું. આમ મેં મારી લાંબા અંતરની મુસાફરીને જરાય કંટાળાજનક બનવા દીધી નહીં.

સામાન્ય રીતે વાહન ચલાવવું એ કંટાળાજનક કામગીરી હતી, પરંતુ કેટલીક વાર આ પ્રદેશની મુસાફરી ઘણીવાર જોખમી થઇ જતી હતી. એક રાતે મારે તોફાન દરમિયાન પાણીના વિશાળ પ્રવાહમાંથી પસાર થવું પડ્યું. ત્યાં એક બેઠો પુલ હતો, અને જેવું મેં તેના પર વાહન ચલાવ્યું કે આ બેઠા પુલ ઉપર પાણી આવવાનું શરૂ થયું. ઘણા કલાકો પછી હું પાછો ગયો ત્યારે આ બ્રિજ દેખાતો ન હતો પણ મેં વિચાર્યું કે

મારો ઘોડો આ બેઠા પુલ પરથી કોઈપણ રીતે પાર થઈ શકે છે. પણ મારો ઘોડો પ્રવાહ પાસે જવા માટે તૈયાર જ ન થયો અને અમે બીજા રસ્તેથી ઘરે પાછા ફર્યા. થોડા દિવસો પછી મેં સાંભળ્યું કે એક યુવકે તે જ સ્થળે પ્રવાહને પાર કરવાનો પ્રયાસ કર્યો હતો અને તે તણાઈને ડૂબી ગયો હતો. તે પછી હું તે પુલ નું શું થયું તે જોવા ગયો અને મને જાણવા મળ્યું કે તે બેઠો પુલ તે દિવસે અચાનક જ પૂરથી તણાઈ ગયો હતો. આવી કેટલીક ઘટનાઓ પછી મને ખબર પડી કે મારો ઘોડો મારા કરતાં વધારે જાણતો હતો અને તે પછી જ્યારે પણ અમારે એવી ખતરનાક પરિસ્થિતિઓનો સામનો કરવો પડ્યો હતો, ત્યારે હું હંમેશાં તેના ચુકાદાને વળગી રહ્યો હતો.

શિયાળાની એક રાત્રે મને એક વિચિત્ર અનુભવ થયો. મારો ઘોડો બરફમાંથી ધીમે ધીમે ચાલતો હતો અને હું સૂઈ રહ્યો હતો. અચાનક હું બગીમાંથી લગભગ ફેંકાઈ ગયો. મેં મારી આંખો ખેંચી અને મારા ઘોડાને અંધારામાં શોધવાનો પ્રયત્ન કર્યો. તે જતો રહ્યો હતો. ત્યાં હું ઘોડા વિનાની બરફથી ઢંકાયેલી બગીમાં બેઠો. થોડીવારમાં મેં તેને બરફથી ભરેલી ઊંડી ખાઈમાં ઊભો જોયો. બરફને દૂર કરી, ઘોડા પરનો સમાન છોડી અને ઘોડાને ખાઈમાંથી બહાર કાઢવો જરૂરી હતો. તે પછી મારે બગીને પાછું રસ્તા પર મૂકવી પડી અને ફરીથી ઘોડાને બગીમાં જોડી અને બીજી દિશામાં આગળ વધવાનું શરૂ કરવું પડ્યું. હું એટલો લાંબો સમય સુધી સુતો રહ્યો હતો કે કે ઘોડો રસ્તો ભટકી ગયો હતો અને મને પણ ખબર રહી નહોતી. કશું જ દેખાતું ન હતું અને હું ડરી ગયો હતો. પરંતુ મેં પ્રાયરી(ઘાસના મેદાનો)ના નિયમનું પાલન કર્યું - જ્યારે શંકા હોય, ત્યારે તમારા ઘોડા પર વિશ્વાસ કરો. થોડે દૂર ગયા પછી મેં પરિચિત વસ્તુઓ ઓળખી લીધી અને ટૂંક સમયમાં હું મારા દર્દી પાસે પહોંચી ગયો.

મેં આવા નાના નાના અકસ્માતોને ગ્રામ્ય પ્રદેશના ડોક્ટરના કાર્યના એક ભાગ રુપે સ્વીકાર કરી લીધો હતો. જ્યારે કોઈ અન્ય વ્યક્તિ આવા હવામાનમાં જવાનું પસંદ ન કરે, ત્યારે મને પવન અને વરસાદ અને બરફ સાથે લડતા એક રોમાંચ મળતો હતો. લોકો માથું હલાવતા અને કહેતા કે આવા વાવાઝોડામાં ક્યારેય ડોક્ટર તેના દર્દી સુધી પહોંચી શકતો નથી. પણ જ્યારે પણ હું પહોંચ્યો હતો, ત્યારે લોકોએ મને એક નાયક તરીકે વધાવી લીધો હતો. મારા લોકોને લાગ્યું કે હું બહાદુર છું અને મેં પણ એવું જ વિચાર્યું હતું. જો કે હવે હું જાણું છું કે હું મૂર્ખ હતો. મને લાગે છે કે કથાના નાયકો ફક્ત એવા મૂરખ લોકો હોય છે કે જેમના નસીબ સારા હોય છે.

જ્યારે શિયાળામાં બરફ ઘણો વધારે જામી હતો ત્યારે ગ્રામ્ય પ્રદેશના ડોક્ટર તેની બગીમાં વાયર કટર અને હથોડી જેવા કેટલાક સાધનો રાખતા. આ સાધનો તેની બંદૂક, દવા અને અન્ય સાધનોની બેગ જેટલા જરૂરી હતા. જો રસ્તાની આજુબાજુમાં તારની વાડ હોય તો કેટલીકવાર તે વાડ માં કાપી અને અને મારો ઘોડો આખા ખેતરમાં ચલાવ્યો હતો, તો પણ કોઈ પણ ખેડૂતે ક્યારેય ફરિયાદ કરી નથી. જો કોઈ ડોક્ટર દર્દી સુધી પહોંચવા માટે ઉતાવળમાં તેની વાડ કાપી નાખે તો ખેડૂતે તેની વાડની મરામત કરી નાખતો, અને આમ કરવાથી તેને એમ લાગતું કે તે તેના માંદા પાડોશીની સારવાર કરવામાં થોડો મદદરૂપ થયો હતો. માણસ ને માણસ કામમાં ન આવે તો કોણ આવે? કોઈને પણ મુશ્કેલી સમયે મદદની જરૂર હોય છે અને ડોક્ટરે આવા સમયે તેના દર્દી પાસે પહોંચવા માટે ટૂંકો રસ્તો લેવા માટે વાડ કાપી તેમાં શું થયું?

અમારી થકવી નાખે તેવી કંટાળાજનક જેવા કાર્યથી અમને લોકો તરફથી સ્નેહ અને આદર મળ્યા. અમારું સર્વશ્રેષ્ઠ કાર્ય કરવા બદલ અમારી પ્રશંસા કરવામાં આવી હતી. આટલા પ્રયત્નો કરવા છતાં માટે મેં થોડી જ ખરેખરી સેવા આપી હતી. પરંતુ મેં દુઃખ દૂર કર્યું હતું અને પરિવારનો ડર શાંત કર્યો હતો. હું મારા વ્યવસાયમાં જેટલું જાણતો હતો તે ધ્યાનમાં લેતા મારાથી થઈ શકે તેટલી શ્રેષ્ઠ સેવાઓ આપવાનો પ્રયત્ન કર્યો. જ્યારે હું તે દિવસો વિષે વિચારું છું ત્યારે મને તે સમયની એક ઘટના યાદ આવે છે. અમારા શહેરના સૌથી નાલાયક માણસોમાંનો એક જિમ બેરેટ નામનો માણસ હતો. એક દિવસ તેને ગોળી વાગી અને તે મૃત્યુ પામ્યો. જ્યારે તેના મિત્રએ તેને દફનાવ્યો ત્યારે તેઓએ તેની કબરને લાકડાના નાના ચિહ્નથી ચિહ્નિત કરી. રફ બોર્ડ પર કોતરવામાં આવ્યું હતું; "જીમ, તેણે પોતાનથી થઈ શકે તેટલું સર્વશ્રેષ્ઠ કર્યું; દેવદૂતો પણ તેથી વધુ કંઈ કરી શકે તેમ નહોતા." તે દેશના ડૉક્ટર વિષે સાચું નિવેદન હશે.

એક ઉનાળામાં મેં અનેક ટાઈફોઈડના દર્દીઓની સારવાર કરી. તે દિવસોમાં મેં ઘણા અઠવાડિયાઓ સુધી પ્રદેશના ધૂળિયા રસ્તાઓ પર મુસાફરી કરી હતી. આ સમય દરમ્યાન મારે છ રાત ઘોડાગાડીમાં સખત ગરમીમાં સૂવું પડ્યું હતું. પણ હું જ્યારે મારા જૂતા કાઢતો હતો ત્યારે મારા મોજા કાઢી શકતો નહોતો. મારા પગમાં પગમાં એટલા બધા સોજા ચડી ગયા હતા કે પગરખાં પહેરવાનું અશક્ય થઈ ગયું હતું. મારા સમગ્ર જીવનમાં મેં તે અઠવાડિયા કરતાં વધુ સખત મહેનત ક્યારેય કરી નહોતી.

જેમ જેમ હું મારા જૂના રેકોર્ડ્સ પર નજર કરું છું ત્યારે આશ્ચર્ય થાય છે કે મેં કેટલું સારું કામ કર્યું હતું! કારણ કે મેં જે દવાઓ આપી હતી તે ફક્ત તેઓ સારા થઈ જાય તે હેતુથી આપી હતી. તેમાં વાસ્તવિક તબીબી સારવાર જેવું કંઈ ખાસ નહોતું. આવા સમયે જ્યારે કોઈ વ્યક્તિ તેને થયેલા રોગની સારવારની દવાઓ અને પદ્ધતિથી અજાણ હોય, ત્યારે તેને જ્યાં સુધી ખબર પડે નહીં ત્યાં સુધી તે વાતની તકલીફ થતી નથી. દર્દીના પરિવાર અને મિત્રોને જ્યારે કોઈ ડોક્ટર તેમની સાથે હોય ત્યારે સારું લાગે છે. પરંતુ અર્ધ બેહોશીમાં અસ્પષ્ટ ગણગણાટ કરનાર દર્દીને ખબર નથી હોતી કે ત્યાં કોઈ ડોક્ટર છે. અર્ધ બેહોશ દર્દીને ઠંડા પાણીથી સ્નાન આપવાથી તેના શરીરનું તાપમાન વધતું અટકી જતું, પરંતુ તે ડોક્ટર કે જે ઘણી રાતો સુધી પલંગમાં સૂઈ શકતો નહોતો તેના માટે તે અત્યંત કંટાળાજનક કાર્ય હતું.

તે વર્ષોમાં ટેલિફોન નહોતા. પણ તેઓ જાણતા હતા કે ક્યારે કોઈ ડોક્ટર તેમના વિસ્તારમાં આવેલા ઘરની મુલાકત લેશે. જ્યારે ડોક્ટર તે વિસ્તારની મુલાકાતે આવે ત્યારે એક શેરીમાં આવેલા દરેક ઘરમાં જો કોઈ બીમાર હોય તો તેને ઘરની એક બાજુએ ડોક્ટરને સરખી રીતે દેખાય તેમ લોકો તેની પથારી કરી દેતા હતા. ઘણીવાર તેઓ રાત્રે રસ્તાની નજીકના થાંભલા પર દીવો લગાવતા હતા. હું આ સંકેતોને જાણતો હતો અને તેમના કોલનો જવાબ આપતો હતો. આવી એક સફરમાં મને સાત દર્દીઓએ મને બોલાવ્યો હતો. જો કે તે સમયે ડોક્ટરના જીવનમાં જે કંઈ મુશ્કેલીઓ હતી તે મૈત્રીપૂર્ણ દયાની અનુભૂતિથી થતા સારા અનુભવોથી હળવી થઈ જતી હતી. હું જે કોઈ ને મળતો તે દરેક વ્યક્તિ મુશ્કેલીમાં ડોક્ટરને મદદ કરવા તૈયાર હતી. તે માણસના ભાઈચારાનો સરસ પાઠ હતો. મેં ઘણા પરિવારો મદદ કરી છે તે હજુ પણ મારો આભાર માને છે. તે સમયે કેળવાયેલા સબંધોએ અમને સાચા મિત્રો બનાવ્યા. કેટલીક વખત મને લાગે છે કે હું તે સારા જૂના મિત્રોની એક વ્યવસાયી ડોક્ટર તરીકે સારવાર ન કરું. આવા અનુભવો "અમે અમારા ભાઈના રખેવાળ છીએ," એ જૂની કહેવતની સત્યતાની ખાતરી આપે છે.

અમને અમારું જેવું જીવન હતું તેથી વધુ સારું અને સરળ જીવન કેવું હોઈ શકે તેની ખબર નહોતી. અમારા પૈકીના દરેકે તેમની સાથે જે ઘટનાઓ ઘટી તે સ્વીકારી લીધી. જો કોઈ બીમાર માણસને મદદની જરૂર હોય તો તેના બધા પડોશીઓ તેના ઘરે

તે જરૂરી કામ કરવા માટે આવતા હતા. તેઓ તેના પાકની સંભાળ લેતા કે રાત દિવસ તેની સારવાર કરતા રહેતા.

તે દિવસોમાં હું ખૂબ મહેનત કરતો ગંભીર યુવાન હતો. મને મારી પ્રતિષ્ઠા પર ગર્વ હતો કે મારા જેવા યુવાન ડોક્ટરને તેના દર્દીઓ સુધી પહોંચતા કંઈ રોકી શક્યું નથી. તે મારા જીવનના સૌથી સુખી દિવસો હતા. મને ખબર હતી કે હું મુશ્કેલીઓ અને કંટાળાને સહન કરી શકું છું, કારણ કે મારા ઘરે એક મજાનો નાનો પરિવાર વસે છે. તે દિવસોમાં હું જે કંઈ કામ કરતો તે એ કાળી આંખોવાળી સુંદર છોકરી માટે કરતો, કે જે હું હંમેશાં રાત્રે ઘરે પહોંચતો ત્યારે મારી પાસે દોડી આવતી. મારી તમામ યોજનાઓ તેના ભવિષ્ય અને તેના શિક્ષણ માટે હતી.

જ્યારે મોટરકારોનું વેચાણ શરુ થયું ત્યારે કેટલાક ગ્રામ્ય પ્રદેશના ડોક્ટરોએ તે ખરીદી હતી પરંતુ ગાડીઓ ખૂબ ખર્ચાળ હતી અને જરાય વિશ્વાસપાત્ર નહોતી. દેશના રસ્તાઓ સુધર્યા નહોતા અને શિયાળાના મહિનાઓ દરમ્યાન તે કીચડ ભરેલા અને ખાડાટેકરા વાળા થઈ જતા હતા. વર્ષમાં ફક્ત બે કે ત્રણ મહિના પ્રદેશના રસ્તાઓ પર આ ઓટોમોબાઈલ્સનો ઉપયોગ થઈ શકતો હતો. તે વખતે એક ઓટોમોબાઈલ ચલાવવા માટે લગભગ જેટલા પૈસા થતા તેટલી રકમમાં ડોક્ટરની પોતાની માલિકીની એક ખાનગી હોસ્પિટલ ઉભી થઈ જતી હતી. જ્યાં સુધી ઓટોમોબાઈલ્સ સામાન્ય વપરાશમાં આવ્યા નહોતા, ત્યાં સુધીમાં મેં એક મારી પોતાની માલિકીની એક ખાનગી હોસ્પિટલ ઉભી કરી દીધી હતી. અને તો પણ મને એક ઓટોમોબાઈલ ખરીદવાનું પોસાય તેમ નહોતું.

શરુઆતમાં મોટરગાડીઓ ઘોડેસવારો માટે જોખમી હતી. ગેસ વેગન સામે જ્યારે એક ઘોડો આવતો ત્યારે તે ડરી જતો. આ વિચિત્ર વસ્તુ જોઈને ડરથી, ઘોડો રસ્તામાં ઝડપથી પાછો ફરી જતો અને બગીને તેની બાજુમાં ઉંધી વાળી દેતો અથવા તો તે આંધળો ભીંત થઈને તેની સામે ઘસી જતો અને તેના ડ્રાઈવર અને ઘોડાગાડીનો ભુક્કો બોલાવી દેતો. રાત્રે કારના રસ્તા પર અજવાળું કરતી લેમ્પ લાઈટ્સ ઘોડાના ડરમાં વધારો કરી દેતી. જો ઘોડાગાડીનો ડ્રાઈવર દુરથી લાઈટ જોઈ લેતો, તો ત્યાંથી જ્યાં સુધી ઓટોમોબાઈલ પસાર ન થઈ જાય ત્યાં સુધી ઘોડાને રસ્તાથી દૂર ખેતરની વાડની ધારેધાર ચલાવતો રહે તે જરૂરી હતું. બગીના ડ્રાઈવરમાં હવે રાત્રે સૂઈ જવાની

હિંમત નહોતી કારણ કે ગમે તે સમયે અચાનક એક કાર સામે આવી જાય તેવું બની શકતું હતું.

ઓટોમોબાઇલ્સમાં પછી ઘણા સુધારા વધારા થયા અને તે વિશ્વાસપાત્ર થયા પછી અમે તેનો ઉપયોગ કરતા થયા. પ્રારંભિક મશીનોમાં ડ્રાઇવરોને ઘણા વિચિત્ર અનુભવો થયા હતા. એક વાર મારે એક્યુટ એપેન્ડીસાઇટીસનું ઓપરેશન કરવા માટે લાંબા અંતરની મુસાફરી કરવી પડી. એક જગ્યાએ સાંકડા રસ્તા પર વિશાળ ટ્રક રસ્તાની વચ્ચે ધીરેધીરે ચાલતો હતો. મેં સતત મારું હોર્ન વગાડ્યું પણ ટ્રક ડ્રાઈવરે તેની ટ્રકને રસ્તાની બાજુમાં લીધી નહીં. આખરે મેં મારી બંદૂકથી નિશાન તાકી અને પાછળના ટાયર પર ગોળી ચલાવી ટ્રક અટકી ગઈ અને આશ્ચર્યચકિત ટ્રક ડ્રાઈવર શું થયું તે જોવા માટે બહાર નીકળ્યો. મેં તેને બધી વાત કરી અને કહ્યું કે હું ક્ષતિગ્રસ્ત ટાયર વિષે પછીથી તેની સાથે વાત કરીશ. પછી મેં મારા દર્દીના ઘેર જવા માટે ઉતાવળ કરી. મેં ફરીથી તે ટ્રક ડ્રાઈવર વિષે ક્યારેય સાંભળ્યું નથી.

મને જૂની મોડેલ ટી ફોર્ડ ખુબ જ ગમતી હતી. તે હંમેશા વિશ્વાસપાત્ર રહેતી હતી. તેમ છતાં એક કંટાળાજનક અનુભવ થયો હતો. એક વાર ટાયરમાં પંચર પડ્યું અને તે ટાયર બદલી નાખ્યું, તેમાં પણ પંચર પડ્યું તો તે પછી ટાયર કાઢી નાખ્યા અને પૈડાંની ધાતુની ધાર પર અમે મુસાફરી પૂરી કરી. ઘણી વાર અમે મોડેલ ટી ફોર્ડમાં રફ રસ્તાઓ પર ત્રણસો થી પાંચસો કિલોમીટરની મુસાફરી કરી હતી, જે ઘોડાગાડીમાં શક્ય નહોતું.

મારી પાસે જે મોટરકાર હતી તેના જેવા ઘણા ઓટોમોબાઇલ્સમાં ટોપ્સ અથવા વિન્ડશિલ્ડ નહોતા. નહોતી આરામદાયક કારો આ, પણ તે ઘોડા અને બગી કરતા સારી હતી. મને એક સફર યાદ આવે છે કે જ્યારે મેં ભારે વાવાઝોડામાં તાપમાન શૂન્યથી નીચે હતું ત્યારે મુસાફરી કરી હતી. મેં અને મારા ડ્રાઈવરે પૂરતા ગરમ કપડા પહેરેલા હતા પણ મોટરકારને છાપરું નહોતું અને રસ્તામાં હૂંફ અથવા આરામ મળે તે માટે રોકાવાનું કોઈ સ્થાન નહોતું. અમે અમારી કારની ગતિ વધારી અને રસ્તામાં કેટલીક ગાયોને અડફેટમાં પણ લીધી. મેં મારા ડ્રાઈવરને સાવચેત રહેવાની વિનંતી કરી પણ તેણે આકરો જવાબ આપ્યો હતો, "ડોક્ટર, જો એક વાર કર બંધ થશે તો હું કાર ફરીથી ચાલુ કરી શકીશ નહીં." તે રાત્રે અમે સાડા ત્રણ કલાકમાં એકસો બાર થી

તેર કિલોમીટર પ્રવાસ કર્યો અને અમે ત્યાં પહોંચ્યા પછી મેં સફળ ઓપરેશન કર્યું અને થોડી વારમાં જ સફરની મુશ્કેલીઓ ભૂલી ગયા.

ઘણી વાર હું ટ્રેનમાં મુસાફરી કરતો. જયારે હું મારા દર્દીના ઘરની નજીકના શહેરમાં પહોંચતો ત્યારે હું ઘોડાગાડી કે એક મોટરગાડી શોધી અને બાકીની સફર પૂરી કરતો. ટ્રેનમાં મુસાફરી કરવામાં લાંબો સમય લાગતો, કારણ કે રેલમાર્ગ સેવા ધીમી હતી. ૧૯૧૬માં એક મહિનામાં મેં છ રાત્રીઓ ટ્રેનની મુસાફરી કરવામાં ગાળી હતી.

મને રેલ્વેના કર્મચારીઓ સાથે મિત્રતા થઈ ગઈ હતી. ઘણી વાર જયારે મારે નાના શહેરમાં જ્યાં કોઈ ટ્રેન રોકાતી નહોતી અને મારે કોઈ દર્દીની મુલાકાત લેવી પડતી, ત્યારે ડ્રાઇવર ટ્રેનને તેની ધીમી ગતિએ દોડાવતો હતો કે જેથી હું નીચે જમીન પર કૂદી શકું. રેલમાર્ગના કર્મચારીઓ મારા પ્રત્યે દયાળુ હતા અને મને તેમના માટે ખૂબ જ સન્માનની લાગણી હતી. આમાંના ઘણા સારા હૃદયના કર્મચારીઓ મારા શ્રેષ્ઠ મિત્રો હતા.

ટ્રેન મુસાફરો માટે ટ્રેન મોડી પડે, તે એક સામાન્ય ઘટના હતી. જયારે હું યુનીવર્સીટીમાં અભ્યાસ કરતો હતો ત્યારે હું જે ટ્રેનમાં મુસાફરી કરતો હતો તે નિયમિતપણે હંમેશા ત્રણચાર કલાક મોડી પહોંચતી. એક રાત્રે મારે જાતેજ ટ્રેન રોકવા માટે સિગ્નલ લગાવવું પડ્યુ હતું. તે નાના રેલરોડ સ્ટેશનમાં સ્ટોવ ન હતો અને રાત ઠંડી હતી. સવારે લગભગ ચાર વાગ્યાના સુમારે એક ટ્રેનની લાઈટ દેખાઈ, પણ તે મારી ટ્રેન નહોતી. તે માલગાડીના કર્મચારીએ મને કહ્યું હતું કે મારે વધુ સમય રાહ જોવી પડશે કારણ કે મારી ટ્રેન પાટા પરથી ખડી ગઈ છે. જયારે મારી ટ્રેન મારા માટે આવતી હતી ત્યારે સૂર્ય ઉગતો હતો. તે દિવસે હું એટલો ગુસ્સે થયો હતો કે મેં શક્ય તેટલે દૂર ખુલ્લા મેદાનમાં સિગ્નલ લેમ્પ ફેંકી દીધો હતો. તે ખરેખર એક લાંબી રાત હતી.

એક બીજી કંટાળાજનક સફર ધીમી ટ્રેનને કારણે નહોતી થઈ. મને એકવાર એક નાનકડા ગામમાં દર્દીની સારવાર કરવા માટે બોલાવવામાં આવ્યો હતો. મને કહેવામાં આવ્યું હતું કે રેલવે રેલવે સ્ટેશન પર ટ્રેન આવે ત્યારે કોઈ મને લેવા આવ્યું હશે. તે દિવસે હું ટ્રેનમાંથી ઉતર્યો ત્યારે રાત્રીના બે વાગ્યા હતા પરંતુ કોઈ મને લેવા આવ્યું ન હતું. રેલ્વેસ્ટેશનના બિલ્ડિંગને તાળું મારી દેવામાં આવ્યું હતું અને ચારે બાજુ

ઊંડો બરફ જામી ગયો હતો. મને આસપાસમાં ક્યાંય પ્રકાશ દેખાયો નહીં. હું જાણતો નહોતો કે દિશા તરફની ગામ કઈ બાજુએ હતી અને દર્દી ક્યાં રહેતો હતો. શરીરને હૂંફાળું રાખવા માટે હું નાના સ્ટેશનની આજુબાજુ અને આસપાસ ચાલતો રહ્યો અને મનમાં ને મનમાં મને જેણે અર્ધી રાત્રે તેના ગામમાં બોલાવ્યો હતો અને લેવા નહોતો આવ્યો તેને કોસતો રહ્યો. વહેલી સવારે દર્દીનો પિતા આવ્યો. તેણે કહ્યું કે બીમાર માણસની પીડા હળવી થઈ ગઈ હતી અને પરિવાર સૂઈ ગયો હતો. તેઓ મને મોકલેલા કોલ વિષે ભૂલી જ ગયા હતા.મેં ખીજાઈને મારી લાગણીઓ વ્યક્ત કરી હતી, પણ મને ખબર હતી કે મારા પ્રયત્નો માટે મને કોઈ પણ પ્રકારનું વળતર આપવામાં આવવાનું નથી.

જ્યારે હું ટ્રેનોમાં ખૂબ મુસાફરી કરતો હતો ત્યારે મારા સમયનો સદુપયોગ કરવા માટે હું હંમેશાં મારી સાથે તબીબી જર્નલ અથવા પુસ્તકો અને શેક્સપિયરના નાટકોની એક નકલ લઈ જતો. તે પછી હું રહસ્યકથાઓ પણ વાંચવા માટે સાથે રાખતો. મેં મારા કેટલાક પુસ્તકો અને કેસ હિસ્ટ્રીઝ મારી ટ્રેનની મુસાફરી દરમ્યાન અથવા જ્યારે હું રેલરોડ સ્ટેશનોમાં રાહ જોતો હોઉં ત્યારે લખ્યા હતા.

મારા ગ્રામ્ય પ્રદેશની મુસાફરીનો ઇતિહાસ આપણા દેશની જૂની હોટલોની વાત કહ્યા વિના પૂર્ણ થશે નહીં. તે સમયે હોટેલ્સના બે વર્ગો હતા; એક જીવજંતુ વિનાની અને બીજી જીવજંતુ વાળી. ગ્રામ્ય પ્રદેશની હોટલની ઓફિસમાં એક મોટો ચૂલો અને પાના રમવા માટે કે પત્રો લખવા માટેનું ટેબલ હતું. રાત્રે જ્યારે હોટેલનો ઓપરેટર સુવા જતો રહે ત્યારે તે ટેબલ પર એક ફાનસ મૂકી અને હોટલનો દરવાજો ખુલ્લો રાખતો. મોડી રાત્રે જે ઉતારૂ આવે અને ત્યાં કોઈ ન હોય તો તે એક દીવો લઈને ઈમારતમાં જ્યાં સુધી તેને રૂમનો ખુલ્લો દરવાજો ન મળે ત્યાં સુધી ચાલતો રહેતો અને ખાલી રૂમ મળે કે તેમાં દીવો તેની જગ્યાએ પાછો મૂકી અને તે રૂમમાં ગોઠવાઈ જતો હતો. શિયાળામાં આ એક સારો રિવાજ હતો. પરંતુ બધા મહેમાનો ઉનાળામાં તેમના દરવાજા ખુલ્લા છોડી દેતા હતા અને મોડેથી પહોંચનારને અંધારી રૂમમાં નજીકથી જોવું પડતું કે ખુરશી પર કપડાંનો ઢગલો પડ્યો હતો કે કોઈ પથારીમાં હતું કે નહીં.

હોટલના ખાલી ઓરડામાં ગયા પછી, ગ્રાહકે ઉનાળામાં જીવજંતુઓ અને શિયાળામાં ધાબળાઓ શોધવા પડતા હતા. તે હોટલોના ઓરડાઓ ક્યારેય ગરમ

કરવામાં આવતા નહોતા અને ઘણી વાર પથારીની ચાદર પર બરફ બાઝેલો જોવા મળતો હતો. આવા સમયે ગરમી જાળવી રાખવા માટે ન્યૂઝપેપર્સ કામમાં આવતા. હું સૂતા પહેલા મારા કપડાની અંદર કાગળો ભરી લેતો. જો મલિક તેની ઓફિસમાં આવે તે તે પહેલાં જો મારે હોટેલ છોડીને જતા રહેવાનું હોય, તો હું પાના રમવાના ટેબલ પર પચ્ચીસ સેન્ટ મૂકીને રવાના થઈ જતો. તે વર્ષો દરમ્યાન મેં ઘણા રસપ્રદ તબીબી કેસ જોયા. મેં ઘણા દર્દીઓ તેમજ ડોકટરોને સારા મિત્રો બનાવ્યાં, અને મારા કામની સંતોષકારક યાદો એકઠી કરી, પરંતુ મને હવે તે તે વાતનો આનંદ છે કે તે દિવસો જતા રહ્યા છે. તે સમયે ઘણા લોકોને આ દિવસોમાં એવા કઠોર અને અસહ્ય અનુભવો થયા હતા, જે હું કદાચ સહન કરી શક્યો ન હોત.

આજે એ વાત શક્ય છે કે જો આજના સમયના ડોકટરએ તેના દર્દી સુધી પહોંચવા માટે ઘણો પ્રયત્ન કરવો પડ્યો હોય, અને પછી તેને થયેલ રોગની પ્રગતિ જોતા કલાકો સુધી બેસી રહ્યો હોય, તો તેને તેના પીડિત દર્દી પ્રત્યે વધારે સહાનુભૂતિપૂર્ણ દૃષ્ટિકોણથી જોઈ શકે. નિશ્ચિતરૂપે કોઈને મેડીકલ ક્ષેત્રનું એ પાસું ઓછું મહત્વનું લાગશે. તે દિવસોમાં જેટલા ડોકટરો હ્રદયરોગથી મૃત્યુ પામતા હતા, તેના કરતા તડકો વેઠીને અને થાકના કારણે ઘણા વધારે મૃત્યુ પામતા હતા.

મારા દેશના મિત્રો અને દર્દીઓમાં દુર્લભ ગુણો હતા. તેઓ મુશ્કેલીમાં પડોશીઓ માટે નિરંતર દયાળુ અને ઉદાર હતા. જો તેમાંથી કોઈ બીમાર પડે તો તેને તાત્કાલિક મદદ મળી જતી. કોઈ વ્યક્તિએ મુશ્કેલીઓની ફરિયાદ કરી નથી, દેશના ડૉક્ટરને પણ નહીં. અમારામાંથી કોઈને પણ વૈભવનો આશીર્વાદ નહોતો. તે સમયે દેશમાં જે ગણો તે હ્રદયની દયા હતી. અમે બધા જાણતા હતા કે અમારા પડોશીઓને મદદ કરીને અમે માણસનો ભાઈચારો હાંસલ કર્યો છે.

*****

ડૉ. આર્થર યુવાન વયે

પ્રકરણ ૫મું

છેલ્લા પ્રકરણમાં મેં પહેલાના સમયના ગ્રામ્ય પ્રદેશના ડોક્ટરોની તેઓ કેવી રીતે તેમની પ્રદેશના જેવા હતા તેવા રસ્તાઓ પર કંટાળા જનક ઘોડેસવારી કરીને તેમના દર્દીઓની સંભાળ લેવા જતા હતા તેની વાસ્તવિક પરિસ્થિતિ નો ચિતાર આપ્યો હતો. તેમની મુસાફરીમાં પડતી તકલીફોની બધાને ખબર હતી. પણ ગંભીર બીમારી થી પીડાતા દર્દીના ઓરડામાંના દ્રશ્યો કેવા હોય તે ફક્ત ડોક્ટર અને દર્દી નો પરિવાર જ જાણતો હતો. કોઈ પણ ડોક્ટર આવા અનુભવોની નોંધ રાખવા માગતો નથી. કારણ કે જયારે કોઈ વ્યક્તિનું પ્રિય પાત્ર પથારીવશ હોય અને તે વ્યક્તિ તેની પથારીની પાસે બેઠી હોય ત્યારે તેની તે વ્યક્તિ પ્રત્યેની માનવીય ભાવનાઓ સર્વોચ્ચ શિખરે હોય છે. ઘણી વાર ગ્રામ્ય પ્રદેશના ડોક્ટર લાચાર હતા પરંતુ તેમણે દર્દી અને પરિવારને તેમની શ્રેષ્ઠ સેવાઓ આપી હતી. જે તે પરિવાર પર આવી પડેલી દુ:ખ ની ઘડીમાં તેમનો તે સમયે ઘરમાં પ્રવેશ કરતા ડોકટર પ્રત્યેનો મૂક વિશ્વાસ હતો અને તેમની ઉપસ્થિતિમાં સહુને રાહત મળતી હતી. અને ગ્રામ્ય પ્રદેશનો ડોક્ટર પણ એક માણસ હતો. તે બોલવા કરતા પોતાના કાર્યમાં વિશ્વાસ રાખતો હતો. જો કે ઘણા દુ:ખદ કિસ્સાઓમાં તેઓ ઘણી કોશિશો પછી પણ કશી મદદ કરી શક્યા નહીં.

આપણે આજે ચિકિત્સા જગતની પ્રગતિને ધ્યાનમાં લઈએ તો પચાસ વર્ષ પહેલાંના ડોક્ટરો આજના ડોક્ટરોની સરખામણીમાં ખૂબ જ ઓછા પ્રશિક્ષિત હતા. તો પણ કહેવાય છે ને કે જીવનમાં કંઈ પણ પ્રાપ્ત કરવા માટેના જે પ્રયત્નો કરીએ તેમાં જે ખુશી મળે છે તે ખુશી જે પ્રાપ્ત કરીએ છીએ તે કરતા પણ વધારે હોય છે. આ ફિલસૂફી દરેક મેડિકલ પ્રેક્ટિસ કરનાર વ્યક્તિના હૃદયને વર્ષો પહેલા જેટલી સ્પર્શ કરતી હતી તેટલીજ આજે પણ સ્પર્શ કરે છે. વૃદ્ધ ડોક્ટર તબીબી રીતે જે કાંઈ કરી શકે તેની મર્યાદાઓ ધ્યાનમાં લીધા માત્ર તે દર્દીની સારવાર તેની પથારીની પાસે બેસીને કરતો હોય ત્યારે તે જીવનની સુરક્ષા માટે પ્રયત્ન કરવાનું વચન આપતો હોય અને દર્દીના પરિવારમાં એક નવી આશા જગાડતો હોય તેવી હૃદયસ્પર્શી લાગણીઓની અસર પરિવાર પર પડતી હતી.

ડોક્ટરનો પ્રભાવ તેના દર્દી પર દર્દીની બુદ્ધિ અને ભૂતકાળના અનુભવ પર આધારિત હતો. તરીકે ઉદાહરણ, એકવાર મેં મારા સ્ટેથોસ્કોપથી વૃદ્ધ મહિલાની છાતીની તપાસ કરી. તેણીએ પ્રથમ વખત તે સાધન જોયું હતું અને વિચાર્યું હતું કે હું તેનો ઉપયોગ સારવાર કરવા માટે કરી રહ્યો હતો. થોડા ઊંડા શ્વાસ લીધા પાછી તેણીએ જાહેર કર્યું કે તેણીને ખુબ જ રાહત થઈ હતી. એક ડોક્ટર તેના દર્દીઓ માટે બે બાબતો કરવાનો પ્રયાસ કરે છે. ઉપચારના માધ્યમથી પીડામાં રાહત આપે છે, અને રોગ મટાડે છે, અથવા તો કમ સે કમ તેના મૃત્યુને બને તેટલા સમય સુધી ટાળે છે. દર્દીની પથારી પાસે બેઠેલા ડોક્ટરની પહેલી ફરજ એ છે કે તે દર્દીની પરિસ્થિતિને બને તેટલી આરામદાયક બનાવે. એક સાવચેતીપૂર્વક કરાયેલું પરીક્ષણ કે જે દર્દીને ખાતરી આપી શકે કે તેને કોઈ ગંભીર રોગ નથી. આમ કરવાથી ઘણીવાર દર્દીને કાયમી રાહત મળે છે. બસ, દર્દીને એટલો વિશ્વાસ હોવો જરૂરી છે કે તેનો ડોક્ટર સારો અને સક્ષમ છે.

ગ્રામ્ય પ્રદેશના ડોક્ટરો માટે લોકોના હૃદયમાં પ્રેમ અને આદરની લાગણી હતી, કારણ કે તેઓ જ્યાં સુધી દર્દી પથારીવશ હોય ત્યાં સુધી કે દર્દી નું દુ:ખ દૂર ન થાય ત્યાં સુધી તેની સાથે રહેતા હતા. આ સમયગાળો ઘણા કલાકોનો પણ હોઈ શકે, અને જ્યારે ડોક્ટર દર્દીના સારા થવાની રાહ જોતા હોય ત્યારે તેઓ બીમારીના સ્વરૂપ વિષે ઘણું શીખતા રહેતા હતા. જો સારવારથી તરત રાહત મળે તો તેને લાગતું કે પીડા ગંભીર નહોતી, કારણ કે દર્દીને કદાચ ખબર નહોતી પણ ડોક્ટરને ખબર હતી કે તે એવો કોઈ ગંભીર રોગ નહોતો.

મારી પાસે હજી પણ મારા જૂના કેસની ડાયરીઓ છે. તેમાં મેં કરેલા દરેક દર્દીના કોલનો અને જે દવાઓ મેં ઉપયોગ માટે ઓર્ડર કરી છે તેનો રેકોર્ડ છે. કેટલાક કિસ્સાઓમાં તો મને ખબર હતી જ કે હું મારા ઘોડા પર જીન ચડાવી અને સવારી કરું તો છું, પણ ફેરો ફોગટનો થશે અને મને તે માટે એક સેન્ટ પણ ચુકવવામાં નહીં આવે. કદાચ કોઈ બાળક પડી ગયું હશે અને તેની માતા ચિંતા કરતી હશે; પણ હું જ્યારે ત્યાં પહોંચીશ તો ત્યારે તો તે બાળક ઉભું થઈને દોડતું થઈ ગયું હશે. આવા કેસો તો ભાગ્યેજ ગંભીર હતા. છોકરાઓનો પેટનો દુખાવો તો હમેશા ડોક્ટર આવે તે પહેલાજ અદ્રશ્ય થઈ જતો હતો. ક્યારેક જો બાળકે લીલું સફરજન ખાધું હોય ને પાછો દુખાવો થાય તો હું તે માટે તેને દવા આપી જતો. પણ તેમ કરવાથી મને કોઈએ પણ મારો ઘોડો

ખાઈ શકે તેટલું પણ ચૂકવણું કર્યું નહોતું. જ્યાં સુધી હું દવા ન આપું ત્યાં સુધી માત્ર સલાહ આપવા માટે મને કોઈએ ક્યારેય ફીસ ચૂકવી નથી.

દરેક પરિવારમાં દાદીમાં હંમેશાં મારા માટે ચિંતાનું કારણ બનતી હતી. દરેક પરિવારમાં દાદીમા ડોક્ટર કરતા વધારે જાણાતા હોય તેમ લાગતું હતું અને પરિવાર તે માટે તેનો આદર કરતો હતો. જો કે ઘણા કિસ્સાઓમાં તેને રોગના લક્ષણો અને તેના સામાન્ય ઉપચારની ખબર હતી. તેને દર્દીની તબિયત સારી થઈ રહી હતી કે નહીં તે પણ તેણીને ખબર પડી જતી હતી. ઘણા કિસ્સાઓમાં તેણે દર્દીના રોગને આગળ વધતો અટકાવી પણ દીધો હતો. ઘણી વાર એક દાદીમાં દર્દીના ઓરડામાં પગ મુકતા કે નાકે આંગળી મૂકી અને હવાની ગંધ લઈ અને ઓરી હોવાનું જાહેર કરતા. મારે હમેશા તેની સાથે સંમત થવું પડતું કેમ કે તેણીનું નિદાન સાચું હતું. પણ મને આજ સુધી એ ખબર નથી પડી કે ગંધ દ્વારા ઓરીનું નિદાન કેવી રીતે થઈ શકે.આવા દાદીમાઓએ મારા શિક્ષણમાં ઘણો ફાળો આપ્યો છે. મેડીકલ સ્કુલમાં મને જે નથી શીખવા મળ્યું તેવું ઘણું આ દાદીમાઓએ મને શીખવ્યું છે.

તે સમયમાં સામાન્ય રીતે ડોક્ટરને બોલાવવા માટે એક ઘોડેસવાર (કે જે દર્દીનો ખેતમજૂર, પરિવારનો છોકરો, સગો કે પાડોશી હોઈ શકે) ડોક્ટરની ઓફીસમાં મારતે ઘોડે આવતો. કારણ કે તે સમયે ટેલિફોનનો ઉપયોગ થતો નહોતો. સંદેશવાહકે ક્યારેય દર્દીની બીમારીની વિગતો આપી નહોતી. તેને માત્ર એટલી ખબર હતી કે ઉતાવળ કરવી જરૂરી હતી. આવી જરૂરી માહિતીના અભાવને લીધે ડોક્ટરને ઘણી મુશ્કેલી પડતી. કેમ કે દર્દીને શી બીમારી થઈ છે તેનો થોડો ઘણો અંદાજ હોય તો તે બીમારીની દવાઓ સાથે લઈ શકાય. પણ ડોક્ટરને જ્યારે તે દર્દીને તપાસવા જાય ત્યારે આસપાસમાંથી અન્ય વિનંતીઓ પણ કરવામાં આવતી. તેથી તે બીજી પણ ઘણી દવાઓનો પુરવઠો સાથે લઈ લેતા અને પછી તેમને મળેલા કોલ નો દર્દીના રોગની ગંભીરતા પ્રમાણે અગ્રતાક્રમ ગોઠવતા. હું હમેશા પહેલા બાળકો, પછી મહિલા દર્દીઓ અને તે પછી વૃદ્ધ પુરુષો અને છેલ્લે પુખ્ત લોકોની મુલાકાત લેતો. બાળકો પર પ્રથમ ધ્યાન આપવાનું કારણ એ હતું કે તેઓ અચાનક રીતે બીમાર થઈ તોફાને ચડતા હતા અને વહેલી તકે તેમની સારવાર કરવી જરૂરી હતી. જ્યારે બાળક બીમાર હોય ત્યારે દરેક કલાક મહત્વપૂર્ણ હતી. કેટલીકવાર કર મજાક ડોકટરોતા કે જો ડોક્ટર બાળકને જોવાની ઉતાવળ ન કરે તો ડોક્ટર આવે તે પહેલાં તેની વિકેટ જરૂર પડી શકે

છે. સત્ય એ હતું કે બેચેન માતાપિતા ડોક્ટર આવે તે પહેલા પીડિત બાળકને ન આપવાની હોય તેવી દવા આપી શકે છે.

તે સમયે યુવાન ડોક્ટરો તેના દર્દીઓની બાબતમાં ગંભીર હતા, કારણ કે તેને સમાજમાં તેની સારી પ્રતિષ્ઠા સ્થાપિત કરવાની હતી. એક અનુભવી વૃદ્ધ ડોક્ટર તેના પડોશના લોકોને શારીરિક અને આર્થિક બંને રીતે જાણતા હતા. જો કોઈ તંદુરસ્ત વ્યક્તિ વારંવાર ફરિયાદ કરતી હોય, તો જૂના ગ્રામ્ય પ્રદેશના ડોક્ટરો તેના પર થોડું ઓછું ધ્યાન આપતા હતા.

એક યુવાન ડોક્ટર તરીકેના મારા પહેલા અનુભવની વાત કરીશ તો સમજાશે કે વૃદ્ધ તબીબ કેટલાક કોલ્સની કેમ અવગણના કરતા હતા. એક વ્યસ્ત દિવસમાં એક છોકરો મારતે ઘોડે મારા દરવાજે આવ્યો અને ચીસો પાડી ઉઠ્યો; "જલ્દી આવો ડોક્ટર, મારી માતા ખુબ જ બીમાર છે." એકદમ ઉતાવળથી મેં મારો ઘોડો પલાણ્યો અને એક કલાકમાં અગિયાર કિલોમીટરની મુસાફરી કરી અને હું એક ફાર્મ હાઉસમાં પહોંચ્યો અને જોયું કે એક ચૂલાની આજુબાજુ કેટલીક મહિલાઓ શાંતિથી બેઠી હતી. મેં પૂછ્યું, "બીમાર કોણ છે?" એક મહિલાએ આનંદથી જવાબ આપ્યો; "સારુ, ડોક્ટર, મને લાગે છે કે તે હું છું. હું ખરેખર બીમાર નથી પણ ક્રિસમસ પછી મને કદી સારુ લાગ્યું નથી. મારા પતિએ વિચાર્યું કે મારે ડોક્ટરને મળવું જોઈએ. મને શહેરમાં જવાની ઈચ્છા થતી નથી. તમે નવા ડોક્ટર છો તેથી અમે તમને બોલાવવા માટે મારા છોકરાને મોકલ્યો હતો." મને પછી ખબર પડી કે આ પરિવારે તેની સેવાઓ માટે ક્યારેય કોઈ ડોક્ટરને પૈસા ચૂકવ્યા નહોતા. આ સ્ત્રી ની અસલી મુશ્કેલી તો તેના દસ કે તેથી વધુ બાળકોનો પરિવાર હતો.

આ કુટુંબ ઘણા કારણોસર રસપ્રદ હતું. ઘરમાં મોટાભાગના બાળકો માટે પલંગ નહોતા. શિયાળાની શરૂઆત પહેલા બધા જ છોકરાઓને તેમના કપડામાં સીવી દેવામાં આવતા હતા. સુવાના સમયે ઘરના ભોંય તળિયે ધાબળા પથારી દેવામાં આવતા. બાળકો એમજ પુરેપુરા કપડાઓમાં સૂઈ જતા. જયારે તેઓ સવારે ઉઠે ત્યારે તેમનાં માટે નાસ્તો તૈયાર રહેતો. વસંત ઋતુમાં જ્યારે હવામાન ગરમ થઈ જતું ત્યારે તેમના શરીરમાંથી કપડા કાપવામાં આવતા હતા. તે વખતે ઘણા મહિનાઓ પછી

બાળક પ્રથમ વખત પોતાને જોતું હતું. તે બાળકો જાણતા ન હતા કે તેઓ પર અખતરા થતા હતા.

મેં કદીપણ બીમાર વ્યક્તિ પાસે જવાની ના પાડી નથી. જયારે મેં મારા કુટુંબને એમ કહ્યું કે હું ડોક્ટર બનવા માગું છું, ત્યારે મારા પિતાએ મને કહ્યું હતું કે મારે બીમાર વ્યક્તિની સારવાર કરવા માટે જવાનો ક્યારેય ઇનકાર ન કરવો. તેઓ માનતા હતા કે કોઈપણ ડોક્ટર બીમારની મદદ કરવા માટે બંધાયેલા છે, જો કે તેની સેવાઓ માટે તેમને ચૂકવણી કરવામાં આવે કે ન આવે. પણ મારા પિતા ખેડૂત હતા અને તેમને ખ્યાલ ન હતો કે કેટલાક દર્દીઓ કેટલા અવિચારી હતા, અથવા તો તેમનો કોલ ઘણીવાર બિનજરૂરી પણ હતો, પરંતુ જે કોઈ મને બોલાવવા આવ્યું છે, તેમને મદદ કરવા માટે મેં મારા પિતાને આપેલું વચન પાળ્યું છે.

તે સમયે એવો રિવાજ હતો જ્યારે કોઈ ડોક્ટર દર્દીના ઘરે પહોંચે ત્યારે પ્રથમ તે દાદી, કાકી અને તેના મિત્રોને પહેલા શુભેચ્છા આપતા, તે પછી તે પરીવારના રુમમાં જેટલા હોય તે તમામ બાળકોની પ્રશંસા કરતા, અને પછી લાંબી વાતચીતના અંતે ડોક્ટર દર્દીની પથારી પાસે જતા. તે પહેલા દર્દીની થોડી મજાક મસ્તી કરીને તપાસવાનું શરુ કરતા. તે પલ્સ ગણતા, જીભ બહાર કઢાવતા અને શું થાય છે તે પૂછતા. ડોક્ટર દર્દીની ફરિયાદ સાંભળી, પોતાના પરીક્ષણો તેની સાથે સરખાવી અને પોતાનો અભિપ્રાય આપતા અને તે પરથી તેને ઠીક લાગે તેવો ઉપચાર કરી અને ચાલ્યા જતા.

મારી પદ્ધતિ અલગ હતી. હું દર્દીના ઘેર ઉતાવળથી પહોંચી અને ઘરના બધા લોકોનું માથું હલાવી અભિવાદન કરી, અને બાળકોની અવગણના કરી સીધોજ દર્દી પાસે પહોંચી જતો. આમ કરવાથી હું અન્ય ડોક્ટરોથી અલગ થવાનો પ્રયાસ કરી રહ્યો ન હતો; પણ મને ફક્ત દર્દીની મદદ કરવામાં જ રસ હતો. હું જાણતો નથી પીડા ઓછી કરવાની ની કળા અજમાવવા માટે ડોક્ટરને એવી કેટલી વસ્તુઓની ખરેખર જરૂર છે. આ વાત પુસ્તકોનો અભ્યાસ કરી સમજી શકાતી નથી. દર્દીની તપાસ કરવના કરવાના મારા હસવું આવે તેવા પ્રયત્નો પણ દરેકને સારી રીતે પ્રભાવિત કરતા હતા. લોકો કહેવા લાગતા કે કે યુવાન ડોક્ટર ભલે "ખૂબ મૈત્રીપૂર્ણ નથી, પરંતુ તે સંપૂર્ણ છે." તાજેતરમાં જ મારા એક વૃદ્ધ દર્દીને યાદ આવ્યું કે જ્યારે હું તેના નાના પુત્રને જોવા માટે આવ્યો હતો ત્યારે "મેં તેને તેના બધા કપડાં ઉતારી લીધા હતા અને તેના દરેક ભાગની

તપાસ કરી હતી." તે કુટુંબના સભ્યો ચાલીસ વર્ષથી મારા દર્દીઓ છે કારણ કે તેઓ તે પ્રથમ સારવારથી પ્રભાવિત થયા હતા.

પ્રદેશના મોટાભાગના ડોક્ટરોને ગળાનો દુખાવો, અસ્થમા કે સંધિવા જેવી સીધીસાદી બીમારીઓ માટે બોલાવવામાં આવતા. તેઓ તેમના દર્દીઓનો તેમનો સરળ ઉપચાર કરતા અને સામાન્ય દવાઓ આપતા. થોડા દિવસો પછી ડોક્ટર તેના દર્દીને જોવા પાછા આવતા. જો ત્વચામાં ચીરો પડ્યો હોય કે તેવી અન્ય કોઈ ઈજા થઈ હોય તો તે સીવી દેવામાં આવતી હતી અને દર્દી એકેય ઉંહકાર કર્યા વિના ઓપરેશન સહન કરે તેવી અપેક્ષા રાખવામાં આવતી હતી. જો હાડકું તૂટી ગયું હોય તો ડોકટર તેનું પ્લાસ્ટર કરવા માટે લાકડાના ટુકડા માટે વરંડામાં નજર દોડાવતા. જો ખરેખરી કટોકટી ઉભી થઈ હોય તો તે ઘરની એક બાજુની દીવાલમાંથી(ત્યારે મોટાભાગના ઘરો લાકડાના બનાવવામાં આવતા) એક પાટિયું કાઢી અને પછી તે પાટિયાના ટુકડા કરી અને ભાંગેલા હાડકાની ફરતે ચીવટથી સરખી રીતે બાંધી દેતા. તે સમયમાં એક્સ રે વિષે કોઈ જાણતુ નહોતું. તો પણ સરળ પદ્ધતિઓ દ્વારા મેળવેલું પરિણામ આશ્ચર્યજનક રીતે સારું આવતું હતું.

તે દિવસોમાં ટાઈફોઈડ તાવ જેવી કોઈ મોટી બીમારી નહોતી. અને તેથી તેની સારવાર કરી શકે તેવા ડોક્ટરની ખૂબજ ડીમાન્ડ હતી. આ રોગનું નિદાન કારવું ખુબ મુશ્કેલ હતું આને એવા ઘણા ડોકટરો હતા કે જેઓ આ આ રોગને ઓળખવામાં અસમર્થ હતા, તેઓ દર્દીને એમ કહેતા કે તેને ટાઈફોઈડ તાવ હતો. જો દર્દીને સામાન્ય તાવ હોય પણ તે ટાઈફોઈડ ન હોય અને તાવ ગાયબ થઈ જાય, તો ડોક્ટર એમ કહેતા કે તેણે ટાઈફોઈડ મટાડ્યો છે. જો દર્દીને ખરેખર ટાઈફોઈડ તાવ આવ્યો હોય, અને જો ડોક્ટર તેનું નિદાન કરી શકે તો તે ડોક્ટરને ખૂબ હોંશિયાર માનવામાં આવતો હતો. જો હું આ કેસ અંગે સાચું કહેતો, તો મારી નિંદા કરવામાં આવતી હતી. કેટલીક વાર મારી સ્પષ્ટતાના કારણે મારા માટે મોટી મુશ્કેલી પણ ઉભી થઈ હતી, પણ તે પછી લોકોએ "તે છોકરો પ્રામાણિક છે," એવું સ્વીકારવાનું શરૂ કર્યું હતું.

મોટાભાગના થેપી રોગની જેમ ટાઈફોઈડ તાવ પણ ઘણીવાર ગરીબ અને અજ્ઞાની લોકોને વધારે અસર કરે છે. ટાઈફોઈડની સારવાર કરવા માટે ઘણા ડોક્ટરોને ભાગ્યે જ તેમની સારવાર માટે કોઈ મહેનતાણું ચૂકવવામાં આવતું હતું. મેં એક વાર

એવો અંદાજ લગાવ્યો હતો કે ટાઈફોઈડના ત્રણ મહિનાના રોગચાળા દરમિયાન મને મારી સેવાઓ માટે એક કલાકમાં લગભગ વીસ સેન્ટ ચૂકવવામાં આવતા હતા. જો કે હું મેં મારાથી બનતી તે લોકોની જે કંઈ સેવા કરી તેનો મને ઘણો સંતોષ છે. અલબત, ટાઈફોઈડ ફક્ત ગરીબ લોકોને જ નહોતો થતો. બીમાર પાડોશીઓને મદદ કરતી વખતે તે અન્ય સેવાભાવી લોકોને પણ તેનો ચેપ લાગી જતો. તે ઉનાળાની આખરમાં હું પણ ટાઈફોઈડ નો શિકાર થઈ ગયો હતો.

તે દિવસોમાં જો કે ટાઈફોઈડ તાવના લાક્ષણિક કેસનું નિદાન કરવું સરળ હતું. કોઈ પણ ડોક્ટર તેના દર્દીનું એક કે બે અઠવાડિયા સુધી અવલોકન કરતા તો તેના ઘણા લક્ષણો જોઈ શકતા. ટાઈફોઈડ તાવમાં ન્યુમોનિયાના લક્ષણોનો વિકાસ જોવા મળી શકે છે. ઘણીવાર ટાઈફોઈડના દર્દીમાં પેટની તીવ્ર પીડા સાથે રોગની શરૂઆત થાય છે. ડોક્ટરને એવું લાગે કે તેના એપેન્ડિક્સ પર અસર થઈ છે, અને તે પરિસ્થિતિમાં એપેન્ડિસાઈટિસના કેસનું ઓપરેશન કરી શકાય નહીં. કેટલીકવાર આ રોગ અસામાન્ય રીતે પ્રગતિ કરે છે. મારા એક દર્દીનું તાપમાન લગભગ વીસ અઠવાડિયા ઊંચું રહ્યું હતું. ઘણા દર્દીઓમાં દિવસો સુધી તાવના લક્ષણો દેખાતા નહોતા, પણ પછી અચાનક જ તેમના શરીરનું તાપમાન ઊંચું જતું રહેતું. એક સામાન્ય કેસ બે તંદુરસ્ત યુવાન ખેડૂતોને લગતો છે. બંનેમાં એક જ દિવસે તેમના રોગની શરૂઆત થેઈ બંને પુરુષોમાં તાવ એકસાથે લાક્ષણિક રીતે આગળ વધ્યો. દસમાં દિવસે એક દર્દીને ગંભીર માથાનો દુખાવો થયો અને તેના માથા અને ગળામાં અસહ્ય પીડા થઈ પડી. હું તેની સાથે આખી રાત રોકાઈ રહ્યો હતો, તો પણ તેની મદદ કરવા માટે હું કંઈ કરી શક્યો ન હતો અને દિવસના સમયે તે મરી ગયો હતો. મેં બીજા દર્દીની મુલાકાત લેવા માટે ઉતાવળ કરી અને તે એના ઘરમાં ઘરમાં તેનો નાસ્તો કરતો હતો(તે સાજો થઈ ગયો હતો).

ઉનાળાના મહિનાઓમાં બાળકોમાં કબજિયાતની તકલીફો સામાન્ય હતી. જ્યારે હું ટાઈફોઈડના દર્દીઓને નહાવડાવતો ન હોઉં ત્યારે હું કોમળ બાળકોની સારવાર કરતો હતો. તે દિવસોમાં ઉનાળામાં બરફ મળી શકતો નહોતો અને મોટાભાગના ગ્રામ્ય પ્રદેશના ઘરોમાં આરોગ્યની સ્થિતિ ખરાબ હતી. ઘણા બાળકો બે વરસના થાય તે પહેલા મૃત્યુ પામતા હતા.

જ્યારે મને એવું જણાવવામાં આવતું કે કોઈ બાળકને આંચકી તાણ આવે છે, ત્યારે હું એ જ સમયે મારી ઓફિસ છોડીને બાળકના ઘેર પહોંચી જતો. જ્યાં સુધી બાળકના સ્વસ્થ ન થાય ત્યાં સુધી હું તે બાળકની સાથે રહેતો. મારા લગભગ બધા નાના દર્દીઓ જીવી ગયા હતા અને તેથી મને "બીમાર લોકોની સાથે રહેતા કે દર્દી મૃત્યુ ન પામે ત્યાં સુધી સાથે રહેતા ડોક્ટર" તરીકેની સારી પ્રતિષ્ઠા મળી હતી.

મેં બાળકો સાથેના જે કાર્ય કર્યું છે તેને યાદ કરતાં હું ખાતરીપૂર્વક કહી શકું છું કે બાળકોને ખોરાક આપવાની પદ્ધતિની મેડીકલની કોઈ પણ શાખા કરતા વધારે પ્રગતિ થઈ છે. બાળકો અને બાળકો માટે ખોરાક લગભગ સંપૂર્ણ સ્થિતિમાં પહોંચી ગયો છે. હવે બાળકોમાં તીવ્ર આક્રમક રોગો લગભગ અજ્ઞાત છે.

મેં મેડીકલનો અભ્યાસ કરવાનું શરૂ કર્યું તે પહેલાં અમારા પાડોશમાં ઘણી મહિલાઓ પ્યુઅરપેરલ તાવ (puerperal fever – આ એક એવો જીવલેણ તાવ હતો કે જે કોઈ પણ સ્ત્રીને બાળકના જન્મ આપ્યાના એક દિવસથી દસ દિવસમાં ગર્ભાશય માં સંક્રમણ થવાથી થતો, અને તેમાં ઘણી વાર અતિશય રક્તસ્રાવ થવા માંડતો) થી મરી ગઈ હતી. આનું કારણ એક એવા ડોક્ટર હતા કે જે તેની તબીબી પ્રેક્ટીસ સાથે સાથે જ ડુક્કર ઉછેર કેન્દ્ર પણ ચલાવતા હતા. જ્યારે તેને બાળજન્મના કેસમાં હાજર રહેવા માટે બોલાવવામાં આવતા ત્યારે તે દર્દીને ઝડપથી સુવાવડ કરાવવા માટે મોટી માત્રામાં એર્ગોટ (એક વાનસ્પતિક ફૂગ – ક્લેવીસેપ્સ પુર્પુરિયા જે ઘઉંના પાકમાં જોવા મળતી અને તેનો તે સમયે માસિકસ્ત્રાવ સમયે રક્તસ્રાવ ઓછો કરવા માટે, મેનાપોઝ સમયે અને કસુવાવડના સમયે દવા તરીકે ઉપયોગ કરવામાં આવતો) નો ડોઝ આપતા હતા. તે પછી તે ત્યારબાદ તે તેના ડુક્કરને ખવડાવવા માટે તેના ખેતરમાં જવાની ઉતાવળ કરતાં. કેટલીકવાર તે સુવાવડ થઈ જાય એટલે તેના હાથ ધોતા હતા, પરંતુ તે સુવાવડ શરૂ થાય તે પહેલાં ક્યારેય તેના હાથ ધોતા નહોતા અને હંમેશા તે સ્વચ્છ કપડાને બદલે તેના ટ્રાઉઝર પર હાથ સાફ કરતા હતા.

હું અભિમાનથી કહી શકું છું કે મારાથી પ્યુઅરપેરલ તાવનો કેસ ક્યારેય નથી થયો. વાસ્તવમાં માત્ર હું જ નહીં પણ જ્યારે પણ ગ્રામ્ય પ્રદેશના કોઈ પણ હોંશિયાર ડોક્ટર સગર્ભા દર્દીની સારવાર કરતા ત્યારે આવા ચેપ ભાગ્યે જ જોવા મળતા. જ્યારે ડોક્ટર સ્થાનિક સુવાવડના કેસ માટે આવતા ત્યારે તેમના માટે સમસ્યાઓ ઉભી

થતી હતી. મોટાભાગના ઘરોમાં કોઈ ને કોઈ મહિલા મદદ માટે આવતી હતી. પરંતુ કેટલીકવાર તે ઘરમાં ફક્ત પતિ જ હાજર હોય અને તે કોઈ મદદ કરી શકે તેમ નહોતો કે કરતો નહોતો. આવા એક કિસ્સામાં સારવાર કરવા માટે ઘરમાં હું એકલો જ હતો અને મેં બાળકને જાતે જ નહાવડાવવાનો નો પ્રયત્ન કર્યો. તાજા જન્મેલા બાળકને નહાવડાવવાનું કાર્ય મુશ્કેલ છે. મેં રસોડાના ટેબલ પર બાળકને મુક્યું. ત્યાં ટેબલ પર તેલ વાળું કવર હતું અને હું બાળકને સરકી જતા રોકી શક્યો નહીં. બાળકને રાખવા તે નાના ટુક્કરને રાખવા જેટલુ મુશ્કેલ છે. તે બાળકને જમીન પર પડતા અટકાવવા માટે હું તેને નહાવડાવતો હતો, તે દરમ્યાન તેના શરીરને એક પગથી સજ્જડ રીતે પકડી રાખ્યું હતું.

હું એક કેસ જયારે પણ યાદ કરું છું ત્યારે મને હસવું આવે છે. તે વાત મારી સિવિલ વોર સૈનિકની મુલાકાત સાથે સંબંધિત છે. વૃદ્ધની છાતીમાં પ્રવાહી ભરાઈ ગયું હતું, જેના કારણે તેને શ્વાસ લેવામાં તકલીફ થઈ રહી હતી. જયારે હું તેને સારવાર આપવાની તૈયારી કરી રહ્યો હતો, ત્યારે તે સાથે વૃદ્ધ સૈનિક મોટેથી બોલી ઉઠ્યો : "ડોક્ટર, તમે જ કહો, મેં જ્યારથી તમને જોયા છે ત્યારથી મને એમ લાગે છે કે તમે ડોસા અબ્રાહમ લિંકન જેવા કદરૂપા દેખાવના માણસ છો". તેની પત્ની રસોડામાંથી બૂમ પાડી ઉઠી, "તમે બંધ થાવ, ઓલ્ડ આબીએ તમને એકવાર બચાવ્યા હતા, હવે કદાય આ યુવાન ડોક્ટર હવે તમને બચાવી શકે તેમ છે." ગૃહયુદ્ધ દરમિયાન એક વાર રાષ્ટ્રપતિ લિંકન આ માણસનું જીવન બચાવી શક્યા હતા. એક યુવાન સૈનિક તરીકે તે તેની પોસ્ટ પર સુઈ ગયો હતો અને તેને તેની આ બેદરકારી સબબ તેને મૃત્યુદંડની સજા આપવામાં આવી હતી. વૃધ્ધ મહિલાની વાત સાચી પડી અને તેનો પતિ સ્વસ્થ થઈ ગયો. તેણે મારા મિત્રોને કહ્યું , "મારે ડોક્ટરને એમ નહોતું કહેવું જોઈતું. કોઈએ પણ જાણવું જોઈએ કે આ ડોક્ટર કોઈ બાબતમાં સારો છે, નહીંતર તેને લાંબા સમય પહેલા ગોળી મારી દેવામાં આવી હોત." આ વૃદ્ધ માણસ પહેલા ગૃહ યુદ્ધના સૈનિકો, લશ્કરી માણસો અને પછી દેશના ઘડતર માટેના અગ્રેસરો જેવો હતો, નિર્ભય અને બેકાબુ. તે મુશ્કેલીઓ સાથે સતત સંઘર્ષ કરતો હતો.

મારી મેડિકલ પ્રેક્ટિસમાં મને જે જોરદાર અનુભવો થયા છે તે બધા કહેવા જોઈએ નહીં. અને કેટલીક મનોરંજક ઘટનાઓનું વર્ણન કરવું તે પણ યોગ્ય રહેશે નહીં.

કોઈ પણ ડોક્ટર જે રીતે કોઈ પરિસ્થિતિ માટે તેની પ્રતિક્રિયા આપે છે તેના પોતાના ઉદ્‌ભવ અને જીવન દર્શન પર આધારિત છે.

મારી મિત્રતા ચર્ચના પ્રમુખો સાથે હંમેશા રહી છે. તેમની સાથે મેં ઘણીવાર જીવનના દ્રષ્ટિકોણની તુલના કરી હતી. આ પ્રધાનો શિક્ષિત નહોતા. પણ તેઓ મહાન અને ઉચ્ચ આદર્શો ધરાવતા મહાન માણસો હતા. તેઓ માનતા હતા કે કોઈ પણ માનવી મૃત્યુ પામે ત્યારે કંઈક મહત્વની ઘટના બને છે. પણ મેં તેમને કહ્યું કે જ્યારે મૃત્યુ આવે છે ત્યારે કોઈ પીડા થતી નથી. સંતો કે પાપીઓ એક સરખી જ રીતે મૃત્યુ પામે છે.

સામાન્ય રીતે જ્યારે મૃત્યુ નજીક આવે છે ત્યારી મન શાંત અને નિષ્ક્રિય થઈ જાય છે. હ્રદયની કામગીરી ઓછી થતી જાય છે અને તેથી મગજમાં લોહીનું પરિભ્રમણ ઓછું થાય છે. આથી જેઓ મરે છે તે ફક્ત સૂઈ જાય છે. જ્યારે દર્દી મૃત્યુ સુધી સભાન હોય ત્યારે પણ તેમને કોઈ ભય હોતો નથી. હું મૃત્યુ પામતા દર્દીઓ સાથે બેઠો છું અને પક્ષીઓના શિકાર જેવી ઘણી બાબતો વિષે વાત કરી છે. તેમના શરીરની ઠંડકે તે મૃત્યુ પામ્યો હોવાની જાણ કરી હતી. બીમારી દરમિયાન બેભાન થઈ ગયેલી કોઈપણ વ્યક્તિએ મૃત્યુની લાગણી અનુભવી નહોતી. માત્ર સાનુકૂળ સંજોગો જ તેને ફરીથી ચેતનામાં લાવી શક્યા હતા.

વર્ષો પહેલા ડોકટરો તેમના છેલ્લા કલાકો દરમિયાન તેમના દર્દીઓ સાથે રહ્યા હતા. અમે તેમને મદદ કરતા હતા કે જેથી તેઓને તકલીફ ન પડે અને અમે પરિવારને દિલાસો આપવાનો પ્રયાસ કરતા હતા. એ સાચું છે કે ગહન દુ:ખમાં કોઈ રડતું નથી. ઘણીવાર હું મરતા બાળક પાસે બેઠો છું. માતાએ તેના નાના બાળક માટે આશા ગુમાવી દીધી હોવા છતાં તે રડતી નહોતી.

હવે હું તમને હું જે સહુથી દુખદ ઘટનાનો સાક્ષી રહ્યો હતો તેની વાત કરીશ. એક વૃદ્ધ માણસની પત્ની મૃત્યુશૈયા પર હતી. તેઓ ઘણા વરસો સુધી સાથે જીવ્યા હતા. તે બંનેને ન્યુમોનિયા થયો હતો. મેં વૃદ્ધ પત્નીની તેની છેલ્લી ક્ષણ સુધી સારવાર કરી, તે પછી હું વૃદ્ધ પતિને જોવા બીજા રૂમમાં ગયો. પણ હું કશું બોલ્યો નહીં. તેણે પૂછ્યું "શું માતા મૃત્યુ પામી?" મારે જવાબ આપવાની જરૂર નહોતી. વૃદ્ધ માનવીએ આંખો બંધ કરી, તેની છાતી પર હાથ જોડ્યા અને મૃત્યુ પામ્યો.

જીવનસાથીના અવસાન સમયે પત્ની કરતા પતિને વધુ વેદના થાય છે. કેટલીકવાર આત્મહત્યા પતિ શોકગ્રસ્ત કરી લેશે, પરંતુ વિધવા તેના જીવનના બોજા અને સમસ્યાઓ સાથે સંઘર્ષ કરશે.મહિલાઓ અબળા છે તે લોકપ્રિય માન્યતા સાથે કોઈ પણ દેશનો એક પણ ડોક્ટર સંમત થતો નથી.

એક યુવાન ડોક્ટર તરીકેના આ અનુભવોએ મને વ્યસ્ત રાખ્યો અને મારા જીવનમાં મારા પડોશીઓની સુખાકારી માટે જવાબદારીની લાગણી આપી. મારી પ્રતિષ્ઠા ઘણી સારી હતી અને ઘણા લોકો મારી ક્ષમતાનો આદર કરતા હતા. મેડિકલ સ્કૂલના અભ્યાસ દરમ્યાન में કરેલા બધા દેવાની ચૂકવણી થઈ ગઈ હતી. મારો પરિવાર આરામથી જીવતો હતો અને હુંશિક્ષણ દીકરીઓના નાની ત્રણ મારી માટે બચત પણ કરી શકતો હતો.

પૈસો અને પ્રતિષ્ઠા પ્રાપ્ત થયા પછી में મેડીકલ ક્ષેત્રમાં આગળ અભ્યાસ કરવા માટે આયોજન કર્યું. મહત્વાકાંક્ષા એક ભયંકર માર્ગ છે. તેનો સતત પીછો કરવાથી ઘણી નિરાશાઓ થઈ શકે છે. તેમ છતાં જે વ્યક્તિ સરળતાથી તેની મહત્વાકાંક્ષાને પ્રાપ્ત કરે છે, તેની પાસે ક્યારેય મહત્વાકાંક્ષા હોતી નથી. જયારે કોઈ પણ વ્યક્તી પછી ભલે તે જૂતા બનાવનાર હોય કે તત્વજ્ઞાની હોય, તે તેના કાર્યના અંત સુધી પહોંચે છે, ત્યારે સ્વપ્ન એ વાસ્તવિકતા બની જાય છે.

*****

ડો, આર્થર તેમની પુત્રી માર્ગરિટ સાથે

પ્રકરણ છઠ્ઠું

ડોક્ટરની ઓફિસની મુલાકાતે આવતા દર્દીઓની ફરિયાદો દરેક પરિવારમાં જોવા મળતી સામાન્ય ફરિયાદો હોય છે. આમાંની ઘણીખરી બીમારીઓ કંઈ ખાસ મહત્વની હોતી નથી અને દર્દી ઝડપથી સ્વસ્થ થઈ જાય છે. જો કે, દર્દીના અન્ય પ્રશ્નો હોઈ શકે છે જેનું વર્ગીકરણ કરવું મુશ્કેલ છે. આ વાત બધા ડોક્ટરો જાણતા હોય છે, પરંતુ ફેમિલી ડોક્ટર આ પ્રશ્નોના વાસ્તવિક કારણોને સમજી શકે છે. તે ઘરની આસપાસના ઘણા દર્દીની સારવારમાં મહત્વપૂર્ણ પરિબળોને જાણતા હોય છે. કેટલાક લોકોને ઘણા વર્ષોથી એક સરખો રોગ હોય છે. તેમને તેમના રોગ પ્રત્યે પ્રેમ હોય તેવું લાગે છે, કારણ કે તે તેમને વાત કરવા કંઈક આપે છે. દાખલા તરીકે, વૃદ્ધ માણસની સંધિવાની વાતમાં ખાસ કરીને જ્યારે તે વરસાદની ઋતુ આવવાની હોય ત્યારે તેને અને તેના પડોશીને રસ પડે છે.

કોઈ પણ ડોક્ટરને તેની ઓફીસમાં બે સમસ્યાઓનો સામનો કરવો પડે છે. ઘણીવાર તેના દર્દીની ફરિયાદ ગંભીર રોગને લગતી હોય છે અને જો ડોક્ટર તેનું કારણ ન શોધી શકે તો તે દર્દી માટે આવનારા દિવસોમાં મુસીબત નોતરી લાવે છે. તે પણ ખરું કે જો ડોક્ટર તે દર્દીના રોગનું યોગ્ય નિદાન ન કરી શકે તો તે ડોક્ટરની ક્ષમતા પર ગંભીર સવાલ ઉભી થઈ જાય છે.

ઓફિસ પ્રેક્ટિસ દર્દીના ઘરની મુલાકાત લેવા કરતા વધારે સારી છે. જો યુવાન ડોક્ટરને ખબર ન પડે કે તેના દર્દીને શું થયું છે, તો તે તેને દવા આપી અને પાછા આવવાનું કહી શકે છે. તે દર્દી પાછો આવે તે દરમિયાન ડોક્ટર તેનાં તબીબી પુસ્તકોનો અભ્યાસ કરી શકે છે. આ દરમિયાન, ડોક્ટર તેમના તબીબી પુસ્તકોનો અભ્યાસ કરી શકે છે. જો રોગ ડોક્ટરના કૌશલ્યની બહાર હોય - અથવા જો દર્દીને કોઈ રોગ ન હોય તો - ડોક્ટર તેને શહેરના નિષ્ણાત પાસે મોકલી શકે છે. દર્દીએ વિષે ખઝોંની સલાહ લેવી જોઈએ કે નહીં તે નક્કી કરવું એ ફેમિલી ડૉક્ટર માટે મહત્વની સમસ્યા છે. ડોક્ટરે દર્દી માટે વિશ્વાસપાત્ર નિષ્ણાતની પસંદગી કરવી જોઈએ. ઓફિસ પ્રેક્ટિસનો બીજો મોટો ફાયદો એ છે કે દર્દી નાની બીમારીઓ માટે ઝડપથી સારવાર મેળવી શકે છે. તે કલીનીક નવુંનવું શરુ કરે ત્યારે ક્લિનિક ખુલ્લું હોય તો પણ તેને દર્દીઓ માટે

ઘણીવાર કલાકો સુધી રાહ જોવી પડે છે. ઓફીસ હોય તો પણ જ્યારે ફેમિલી ડોક્ટરને તેના દર્દીઓ તેને દિવસ અથવા રાતના કોઈપણ સમયે બોલાવે તો તેમની પાસે જવું જ જોઇએ.

છેલ્લા પચાસ વર્ષમાં ડોક્ટરની ઓફિસ સંપૂર્ણપણે બદલાઈ ગઈ છે. મારી પ્રથમ ઓફિસમાં બે ઓરડાઓ હતા; તેમાંથી એક પ્રતીક્ષાખંડ કે જેમાં દર્દીઓ મારી રાહ જોતા હતા, અને બીજી ઓફિસ કે જેમાં હું દર્દીની રાહ જોતો હતો. વેઈટીંગ રૂમમાં મેં મારા મુલાકાતીઓના ઉપયોગ માટે કેટલાક હતા રાખ્યા સામયિકો. મારી ઓફિસમાં મેં મારી પાસે વર્તમાનપત્રો અને તબીબી જર્નલ વાંચવા માટે રાખ્યા હતા. મારી પહેલ વરસની પ્રેક્ટીસના અંતે મને માત્ર બસ્સો સોળ ડોલર મળ્યા અને તેથી તે સ્પષ્ટ છે કે મારા વેઈટિંગ રૂમમાં થોડા મુલાકાતીઓ હતા. મારા ઓરડાઓ હંમેશા સાફ રહેતા કારણ કે હું તે કામ જાતે જ કરતો હતો.

મારા ટેબલ પર સામાન્ય રીતે ઘણાં કાગળિયાંનો ઢગલો પડ્યો રહેતો હતો. મેં ટેબલ ઉપરનો એક ખૂણો મારા પગ માટે અનામત રાખ્યો હતો. હું જે ખુરશી પર બેસતો હતો તેની બેઠક તૂટેલી હતી, પરંતુ તે એકદમ આરામદાયક હતી. મેં ચાર ડોલર અને એંસી સેન્ટના ખર્ચે દર્દીઓને તપાસવા માટે લાકડાનું ટેબલ બનાવ્યું હતું અને ઈન્સ્ટ્રૂમેન્ટ ટેબલ તરીકે કામમાં આવતું ટેબલ એક રસોડાનું ટેબલ હતું જે મેં એક ડોલરમાં ખરીદ્યું હતું. તે મારા હેતુ માટે ખુબ જ કામ માં આવ્યું હતું.

તે સમયના બીજા બધા ડોક્ટરોની જેમ મારી પાસે પણ સ્ટાફ નહોતો. દર્દીઓને તેમના કપડા ઉતારવામાં મદદ કરવી તે મારી ફરજ હતી. જો દર્દી સ્ત્રી હોય, તો હું તેના અંત:વસ્ત્રોને ગણી અને જ્યારે તેમને તપાસી લેતો ત્યારે હું તેમને ફરીથી અને યોગ્ય ક્રમમાં પહેરવામાં મદદ કરતો. તે દિવસોમાં છ લગભગ મહિલાઓ અંત:વસ્ત્રો પહેરતી હતી, તેમાંથી કેટલીક મહિલાઓનું વજન પણ ઘણું ધરાવતી હતી અને તેમના કપડા કઢાવ્યા પહેલા હું તેમની ફરિયાદનું કારણ શોધી શકતો નહીં. એક ડોક્ટર શા માટે જીભ તરફ ધ્યાન આપવાનું અને નાડી ગણવાનું પસંદ કરતા, તે હવે કોઈપણ વ્યક્તિ સમજી શકે છે. આ દર્દીઓએ તેમની શારીરિક સુવિધાઓ માટે ડોક્ટર માટે તેમને એટેન્ડન્ટ વિના તપાસવું સલામત બનાવ્યું હતું. છ અંત:વસ્ત્રોવાળા દર્દીનો કોઈ બદ ઈરાદો નહોતો કે તેઓ મને આકર્ષિત કરતી નહોતી.

ગ્રામ્ય પ્રદેશના તબીબે જે કંઈ નિદાન માટે કરવું જરૂરી હતું તે બધુંજ કરવાનું હતું. તે દર્દીની કેસ હિસ્ટ્રી લેતા અને તેની શારીરિક તપાસ કરતા.તે પછી તે જરૂરી નમુનાઓ જેવા કે ઝાડો પેશાબનું પ્રયોગશાળામાં પરીક્ષણનું કાર્ય જાતે જ કરતા અને અંતે દવાઓ તૈયાર કરતા.તે તબીબી નિષ્ણાત હોવાની સાથે દવાઓના પણ જાણકાર હતા. મારા સતાવિસમાં જન્મદિવસે મેં મારી ઓફિસમાં ચાલીસ દર્દીઓને તપાસ્યા અને પ્રદેશમાં દર્દીઓની મુલાકાત લેવા માટે લગભગ સોએક કિલોમીટરની મુસાફરી કરી હતી. તે દિવસે મારા આમ કરવામાં મારો આખો દિવસ વીતી ગયો હતો.

જોકે મોટાભાગના ઓફિસના કેસો સામાન્ય બીમારીઓને લગતા આવતા હતા પણ તેમાં કોઈ ગંભીર રોગના લક્ષણો નથીને તે ડોકટરે જોવું પડતું હતું. ઉદાહરણ તરીકે ઉધરસ એ ક્ષય રોગની શરૂઆત હોઈ શકે છે, અથવા પેટનો દુખાવો તેના કેન્સરના લક્ષણો પણ સૂચવી શકે છે. ઘણીવાર દર્દીને તાવ આવે તે પરથી પણ ખબર પડી જતી કે દર્દીને તીવ્ર રોગ હોઈ શકે છે. જો સમુદાયમાં રોગચાળો ફેલાયો હોય તો ડોક્ટર માટે તે રોગનું નિદાન કરવું સહેલું બની જાય છે. ઘણીવાર એક દર્દીમાં એક અલગ જ રોગનો વિકાસ થયો હોય એવું પણ બનતું. આવા સમયે રોગની શરૂઆતમાં નિદાન કરવું મુશ્કેલ અને કેટલીકવાર અશક્ય છે.

મહિલાઓની બિમારીની સારવાર ઓફિસ પ્રેક્ટિસનું એક મહત્વનું પાસું છે. કેટલીકવાર તે બાબતોને સ્ત્રીઓને લગતી સામાન્ય ફરિયાદો કહેવામાં આવે છે. જો કે મને તેમ કહેવું પસંદ નથી. ડોકટરો આ ફરિયાદોને મહિલાઓના જાતીય અંગોમાં થતી તકલીફો તેવો અર્થ સમજે છે. સ્વાભાવિક છે કે સ્ત્રીઓની કેટલીક ફરિયાદો રોગ સાથે સબંધિત નથી હોતી. આવા કેસોના વિશેષજ્ઞ તબીબોને ગાયનેકોલોજિસ્ટ કહેવામાં આવે છે. હું તેમને સ્ત્રી રોગના નિષ્ણાતો કહેવાનું પસંદ કરું છું.

સ્ત્રીઓ માટે વિશિષ્ટ અંગોના રોગો કોઈપણ અનુભવી ડૉક્ટર દ્વારા સરળતાથી ઓળખી શકાય છે. રોગને ઠીક કરવાની રીતોનું તે ડોકટરો પાસે સામાન્ય જ્ઞાન હોય છે. પરંતુ ડૉક્ટરે અન્ય એવા પરિબળોને પણ ઓળખવા જોઈએ કે જે પરિબળો સ્ત્રીઓ ની બીમારીઓને તેમના સ્વભાવને કારણે નહીં પરંતુ આપણે તેનું સંચાલન કરવાની રીતોને કારણે જટિલ બનાવે છે.

દાખલા તરીકે, એક આધેડ વયની સ્ત્રી છે જે ઘણી ફરિયાદોથી પીડાય છે. તે એટલા માટે છે કે તેની મધ્યમ વયની છે. આધેડ વયની નજીક આવવું તેને ખલેલ પહોંચાડે છે. ફેમિલી ડૉક્ટર જાણે છે કે તે કોઈ ગંભીર વિકૃતિ નથી અને થોડા વર્ષોમાં તે ફરીથી સ્વસ્થ થઈ જશે. તે તેણીને આશ્વાસન આપે છે અને ઓછી અગવડતાઓને દૂર કરવા માટે દવાઓનો ઉપયોગ કરવાનો આદેશ આપે છે. ડૉક્ટર વૃદ્ધ સ્ત્રીને પોતાને સમજવામાં મદદ કરીને મદદ કરે છે. તેનો પરિવાર ઉછેર કરી રહ્યો છે અને બાળકો ઘર છોડી ગયા છે. તે એકલી છે અને તેને જરૂર ન હોવાની લાગણી હોઈ શકે છે. તેના માટે ઘરમાં કામ કરવાનું ઓછું છે. આ મહિલાઓ પાસે મહિલા મંડળ જેવી પ્રવૃતિઓ હોવી જોઈએ કે જેથી તેઓ અન્ય લોકોના સહયોગમાં આવે.

સ્ત્રીઓની સૌથી પરેશાન કરતી ફરિયાદોમાંની એક ગભરાટ છે, જે ગર્ભાવસ્થાના ડરથી આવે છે. જો કે તેમાંથી થોડી સ્ત્રીઓ ડૉક્ટરને તેની ચિંતા કહેશે. આવા કેસોની સારવાર કરવા માટે એટલી દવાઓની જરૂર નથી. રોગ શું છે અને ભય શું છે તે સૌથી અનુભવી ડૉક્ટરની કુશળતાની કસોટી કરે છે.

બીજી સમસ્યા એ યુવાન છોકરીની છે કે જે મોટી થઈ રહી છે. તેની સાજી હોય કે બીમાર, પણ તે એક સમસ્યા છે. જીવનનો અર્થ એ છોકરી માટે એક પછી એક વારંવાર આવતી એવી બીમારી છે કે જે અંગે તેણી તે નથી જાણતી કે તેને શું થયું છે. સૌથી સામાન્ય ફરિયાદ માસિકધર્મ અંગેની પીડા છે, જે રોગ કરતાં વધુ એક લક્ષણ છે. આપણે જાણીએ છીએ કે તેઓની કેટલીક તકલીફો માટે પોલીગ્લેન્ડ્યુલર ડિસ્ટર્બન્સ જવાબદાર છે. આવા દર્દીઓને નાના ગોઇટર્સ હોય છે. જ્યારે આ સોજો અદૃશ્ય થઈ જાય છે, ત્યારે માસિક પીડા પણ અદૃશ્ય થઈ જાય છે. આ સ્થિતિને દૂર કરવા માટે તે સમયમાં જો કોઈ અન્ય કોમ્પ્લીકેશન ન હોય તો પોટેશિયમ આયોડાઇડ આપવામાં આવતું હતું.

એક સમયે કેટલાક ડોકટરોએ માસિક પીડા ધરાવતી એક છોકરીને ક્રોનિક એપેન્ડિસાઇટિસ છે તેવું નિદાન કર્યું હતું અને તેનું ઓપરેશન કરવામાં આવ્યું હતું. હવે આપણે જાણીએ છીએ કે ક્રોનિક એપેન્ડિસાઈટિસ જેવો કોઈ રોગ નથી. ફેમિલી ડૉક્ટર એ છોકરીનો એવો મિત્ર છે કે જે જાણે છે કે જયારે યુવતીનો પોતાનો પરિવાર

થશે ત્યારે આ પીડા થશે નહીં. તે સમજાવે છે કે સમય આવ્યે તેણીની મુશ્કેલીઓ આપોઆપ દૂર થઇ જશે.

જ્યારે મેં પહેલી વાર તબીબી પ્રેક્ટીસ શરુ કરી ત્યારે મહિલાઓ જ્યાં સુધી તેઓ ખુબ જ બીમાર ન હોય ત્યાં સુધી ફરિયાદ ન કરતી. તેઓને આઠ થી બાર બાળકો હતા અને આખો પરિવાર ઘરગથ્થું પ્રવૃતિઓમાં ભાગ લેતું હતું. આ માતા બાળકોનો મોટો પરિવાર સાચવવા ઉપરાંત ખેતરમાં પણ ઘણું કામ કરતી હતી. તેમના પરિવારનો દરેક સભ્ય તેમની નક્કી કરેલી ફરજોમાં વ્યસ્ત હતો. તો જ્યારે આ પરિવારના મજબુત બાંધાના લોકો બીમારીની ફરિયાદ કરતા ત્યારે તેઓ ખરેખર બીમાર હતા.

એક હોશિયાર ડોક્ટર સ્ત્રીઓમાં જોવા મળતી મુશ્કેલીઓને બે સામાન્ય વર્ગમાં વહેંચી શકે છે. જૈવિક પ્રકૃતિના રોગો અને ફરિયાદો કે જેમાં પુરુષ એક મહત્વપૂર્ણ પરિબળ હોય છે. જૈવિક પ્રકૃતિમાં થતી ખલેલની સારવાર કેવી રીતે કરવી તે અનુભવી ડોકટરો જાણે છે. પરંતુ ઘણીવાર એક સ્ત્રી માટે શરીરની ફરિયાદો ગૌણ હોય છે. તેના પતિના કારણે તેની તબિયત સારી રહેતી નથી તેમ કહી શકે છે. ઘણીવાર તેવું ફર્નિચર પર પડેલી સિગારની રાખને કારણે પણ થઈ શકે છે. અને પછી આવી નાની બાબતમાં મોટો ઝઘડો થાય છે અને પત્નીને માર પડે છે, પછી બીજી પ્રકારની ફરિયાદ કાલ્પનિક છે અને તે ઘણીવાર પત્નીના જન્મદિવસ અથવા તેમના લગ્નની તારીખ ભૂલી જવાથી ઉભી થાય છે. કેટલીક વાર પત્નીને તેનો પતિ તેની સોનેરી વાળવાળી સેક્રેટરીમાં રસ લેતો હોય તેવી શંકા હોય છે. એક સર્જન જે આ વિવિધ પ્રકારની ફરિયાદોને સમજી શકતો નથી, તે ઘણી નકામી કામગીરી કરી શકે છે. જો કોઈ ડોક્ટર પાસે રાજા સોલોમન જેટલું ડહાપણ હોય તો પણ તે જાણ શકતો નથી કે કોઈ મહિલા દર્દી તેના પ્રશ્નોના સાચા જવાબ આપે છે કે નહીં. લેડી ડોક્ટર સ્ત્રીઓની ફરિયાદોનું વાસ્તવિક કારણ શોધવામાં સ્ત્રી હોવાના કારણે વધુ સફળ થતી હોય છે. મહિલા દર્દીઓ મહિલા ડોક્ટરને ખોટું કહેશે નહીં.

મહિલા દર્દીઓના ઘણા પ્રકારો છે. એક તેની માતાની સતત હાજરીથી પીડાય છે. કારણ કે ડોક્ટરને મળવા માટે તેણીનો પતિ તેણીની સાથે ક્યારેય આવતો નથી; અને જ્યારે માતા અને પુત્રી બન્ને ડોક્ટરની સાથેજ મુલાકાત લેતા હોય ત્યારે પુત્રીમાં

તેની માતા જેવા જ લક્ષણો જોવા મળતા હોય છે. તેથી આવા સમયે પ્રથમ માતાનું નિદાન કરવું જરૂરી હોય છે.

તે પછીની ફરિયાદીનો પ્રકાર એવો છે કે જે હંમેશા ડોક્ટરને મળવા માટે એકલી આવે છે. તેણી કહે છે કે તેણીની શારીરિક તપાસ કરવી જરૂરી છે. તેણીના તોછડા વલણથી ડોક્ટરને ખબર પડી જાય છે કે તે દર્દી એક શંકાશીલ સ્ત્રી છે. તેણીને તેના પતિ પર વિશ્વાસ નથી અને તેણી માને છે કે તેનો પતિ એક સોનેરીવાળવાળી છોકરીની મુલાકાતે જાય છે અને તેથી તેણીને ખાતરી છે કે તેનો ધણી તેમના ઘરમાં કોઈ ચેપ લાવ્યો છે. સંભવત: તેણી ભૂલ કરતી હોય છે. જ્યારે ડોક્ટર તેને એમ કહે છે કે તેને કોઈ રોગ નથી ત્યારે તેણી તેનું માનતી નથી. સામાન્ય રીતે વિશ્વાસુ પતિની સ્ત્રી ઈર્ષાળુ હોય છે. પરંતુ કોઈ પણ વ્યક્તિ ઈર્ષાળુ સ્ત્રી કરતાં વધુ પીડિત હોતી નથી અને આ રોગની કોઈ દવા નથી.

કેટલીક મહિલા દર્દીઓ તેમની સમસ્યાઓ અંગે ચર્ચા કરવામાં અચકાતી નથી. તેઓ ટોળું બાળકોનો લઈને ઓફિસે આવે છે. અઠ્યાવીસ થી ત્રીસ વર્ષની ઉંમરે તેઓ સંતાનો અને કામના બોજોથી કંટાળી ગઈ હોય છે. જયારે તેઓ કોઈ ડોક્ટરની મુલાકાત લે છે ત્યારે તેઓ એવી અપેક્ષા રાખે છે કે ડોક્ટર તેને સાજી કરી દે. પરંતુ તે સ્ત્રી જે સ્વસ્થ જ છે; તેના સારા સ્વાસ્થ્યને પુનસ્થાર્પિત કરવું લગભગ અશક્ય છે.

એકલી રહેતી મહિલાઓ અને વિધવાઓ તેમની મુશ્કેલીઓ છુપાવે છે. તેઓનો રોગ, તેમની વેદનાઓની જેમ, વાસ્તવિક અને કાયમી હોય છે. આવી સ્ત્રીઓ મદદ માટે પૂછતી નથી, પરંતુ તેમની સમસ્યાઓ અને તેમના હૃદયની પીડા સાથે વરસો સુધી લાંબો અને કંટાળાજનક સંઘર્ષ કરે છે.

સતત ફરિયાદો કરનાર લોકોનું મનોવિજ્ઞાન રસ પડે તેવું છે. તેઓ એવા લોકો હોય છે કે જેઓ તેમનો મોટાભાગનો સમય માત્ર તેમના વિષે જ વિચાર કરે છે અને તેમની પોતાની દયા ખાવામાં તેમને આનંદ આવે છે. આવા ફરિયાદીઓમાં પુરુષો કરતા સ્ત્રીઓનું પ્રમાણ વધારે હોય છે. જો કે પૃથ્વી પર એવું કોઈ બીજું પ્રાણી નથી કે જે માનસિક રીતે પડી ભાંગેલા પુરુષ કરતાં વધારે કંટાળાજનક હોય. ઉપાધી કરતા વ્યવસાયી માણસનું વજન ઘટવા માંડે છે, તેના પેટમાં દુખાવો થવા માંડે છે અને અનિંદ્રાથી તેના દિવસ અને રાત એક થઈ જાય છે. અરે તેનો દેખાવ પણ ચીડિયો થઈ

જાય છે. એક ડોક્ટરને તેના આવા દર્દીની સારવાર કરવાથી રાષ્ટ્રની આર્થિક પરિસ્થિતિ ની ખબર પડી જાય છે. એક હૉશિયાર ડોક્ટરે મને કહ્યું હતું કે તેના એક પેશન્ટના પેટની તકલીફની ખબર રૂ બજાર ના અહેવાલો પર નજર નાખતા પડી જતી હતી. જો બજાર નીચું જાય તો તે તેના પેટના દુખાવાની સારવાર કરવા માટે હાજર થઇ જતો. આવા લોકોની સારવાર સહાનુભુતીથી અને ચેતાતંત્રને અસર કરી શકે તેવી દવાઓથી થઇ શકે છે.

દર્દીઓ સાથેના મારા અનુભવો અને સમસ્યાઓની આ ચર્ચા તે બતાવવા માટે આપવામાં આવી છે કે ઘણી ફરિયાદો એવી હોય છે કે જે ખરેખર તબીબી ફરિયાદો હોતી નથી. કોઈ દર્દીનું કોઈ એક અંગ રોગગ્રસ્ત હોઈ શકે, પરંતુ માત્ર દવાઓથી રોગને સારો કરવાનો પ્રયત્ન કરવાથી સફળ થવાશે નહીં. ઘણીવાર તે દર્દી તેના રોગની સારવાર માટે સર્જન પાસે કોઈ ઓપરેશન કરવા માટે જાય છે. તે સાજો થવા માંડે છે અને સર્જન તે દર્દી સાજો થઇ ગયો છે તેવી તેની કેસ ડાયરીમાં નોંધ કરે છે. પણ તેનો ફેમીલી ડોક્ટર જાણે છે કે તે ઓપરેશન સફળ થયું નથી અને તે દર્દી ફરી પાછો વારંવાર તેની પાસે તે જ ફરિયાદ લઈને આવવાનો છે, અને આવે પણ છે. જો જરૂરી ન હોય તો એક ફેમીલી ડોક્ટર તેના પેશન્ટને ઓપરેશન કરવા માટે સર્જન પાસે જવાની સલાહ આપશે નહીં. ફેમિલી ડોક્ટર જાણે છે કે આ કિસ્સામાં પેશન્ટ કિસ્સાની તમામ હકીકતો સર્જનને કહેતો નથી. સર્જન દર્દીની બીમારીની પ્રકૃતિના સ્વાભાવિક કારણનો અંદાજ લગાવી શકે છે, પરંતુ તે વૈજ્ઞાનિક ઢબે પરીક્ષણ કર્યા વિના તે રોગ નું કારણ શોધી શકતો નથી. હું મેડીસીન એક કળા છે તે સમજાવવાનો પ્રયત્ન કરું છું, તે આ વાત છે. ડોક્ટર તરીકે કામ કરવું તેને મેડીકલ પ્રેક્ટીસ શા માટે કહેવામાં આવે છે તે આ વાત પરથી સમજી શકાય છે. ડોક્ટર તેની પ્રેક્ટીસ દ્વારા શીખે છે કે દર્દીઓએ શું ન કરવું જોઈએ. ફેમીલી ડોક્ટરનો વ્યવસાય છે કે તેનાથી થઇ શકે તેટલી તેના દર્દીઓને શ્રેષ્ઠ સારવાર કરવી. તેના દર્દીઓની ફરિયાદોનું નિરાકરણ કરીને તે તેના દર્દીઓને એવી બિનજરૂરી શસ્ત્રક્રિયાઓથી બચાવી શકે છે કે જેનાથી દર્દીને કોઈ લાભ થવાનો નથી.

એક ફેમિલી ડોક્ટર જેટલું વધારે સારી રીતે કોઈ પણ વ્યક્તિ એ સમજી શકતી નથી કે માણસને પડતી મોટાભાગની તકલીફોનું કારણ બીમારી હોતી નથી. બીમારીના કારણે ટૂંકા ગાળાની તકલીફ રહે છે પણ અન્ય કોઈ કારણે થતી

વેદનામાંથી વરસો સુધી કળ વળતી નથી. તમે ભલે તે વાત કહો કે ન કહો, પણ તેવી વેદના ખરી વ્યથા હોય છે.

જ્યારથી ગ્રામ્ય પ્રદેશના ડોક્ટરો તબીબી પ્રેક્ટિસમાં રહ્યા નહીં, ત્યારથી ઘણા દર્દીઓએ તેમનો શ્રેષ્ઠ મિત્ર અને તેમનો મહાન સંરક્ષક ગુમાવ્યો છે.

ડો. આર્થર બાળકો સાથે

*****

પ્રકરણ ૭મું

એક ડોક્ટર તરીકેની કારકિર્દી ઘડવા માટે તૈયારીઓ કરવા માટે વિજ્ઞાનના અભ્યાસક્રમો પુરા કરવા આવશ્યક છે. આ અભ્યાસક્રમો તબીબી અભ્યાસક્રમ શરુ થાય તે પહેલા વિદ્યાર્થીઓને યુનિવર્સીટીમાં કરાવવામાં આવે છે. પરંતુ યુવા ડોકટરો તેનું મહત્વ સમજ્યા વિના તેમની વિજ્ઞાનના અભ્યાસક્રમોની તાલીમ પૂરી કરે છે. તેમને એ વાતનો ખ્યાલ હોતો નથી કે તે અભ્યાસક્રમો વિજ્ઞાનનો માત્ર સંક્ષિપ્ત પરિચય છે. કોઈ પણ યુવાન ડોકટરે તે સ્નાતક થઈ જાય તે પછી પણ તેનો વિજ્ઞાનનો અભ્યાસ ચાલુ રાખવો જોઈએ.

થોડા યુવાન ડોકટરો તેમના ક્લિનિકમાં ઉદભવતી સમસ્યાઓનું નિરાકરણ કરવા પુરતી વિજ્ઞાનની જાણકારી ધરાવે છે. એક ડોક્ટર તેના વિદ્યાર્થીકાળ દરમ્યાન ક્લિનિકલ કાર્યમાં જે વર્ષા વિતાવે છે તેને યુનિવર્સિટીના પ્રારંભિક અભ્યાસક્રમોમાં જે જ્ઞાન પ્રાપ્ત થયું હતું તેનો ઉપયોગ કેવી રીતે કરવો તે શીખવવું જોઈએ. તે મેડિસિનની કળાનો અભ્યાસ છે કે જે ડોક્ટરને તેની યુવાનીથી લઈને વૃદ્ધાવસ્થા સુધી સાથે રહે છે. આપણે ચિકિત્સાના વિજ્ઞાન વિષે ઘણું સાંભળીએ છીએ પરંતુ આપણે તે ઘણું ઓછું જોયું છે.

કોઈ પણ ડોકટરે તબીબીશાસ્ત્રને લગતા પાયાના વૈજ્ઞાનિક સિદ્ધાંતોને આત્મસાત કરવા માટે પ્રસંગોપાત યુનીવર્સીટીમાં જવું જોઈએ અને થોડા વધારે અભ્યાસક્રમોમાં જોડાવું જોઈએ.આમ કરવાથી તેને ઘણી ઉચ્ચ પદવીઓ પ્રાપ્ત થશે. જો કે ડીગ્રી મહત્વપૂર્ણ નથી. જો ડોકટરને ક્લિનિકલ કાર્યમાં રસ હોય તો તે તે ક્ષેત્રના તમામ અભ્યાસક્રમોનો અભ્યાસ કરવો જ જોઈએ. જો તેને કોઈ વૈજ્ઞાનિક કારકિર્દી જેવી કે તબીબી શાળામાં અધ્યાપનકાર્ય કરાવવું હોય, તો તે તેના વિશેષ અભ્યાસ માટે મૂળભૂત વિજ્ઞાનની શાખાઓની પસંદગી કરવી જોઈએ.

મેડિકલ સ્કૂલમાંથી સ્નાતક થયેલા યુવા ડોકટર માટે ઈન્ટર્નશિપ તેના મેડિકલ સ્કૂલમાં પસાર કરેલા વર્ષા જેવી જ હોય છે. મેડીકલ કોલેજના વિદ્યાર્થી તરીકે તેને જે જ્ઞાન અને કૌશલ્ય પ્રાપ્ત કર્યું છે; તેનો હવે ઉપયોગ શરુ કરે છે, તેમ છતાં, જો

તેણે વિજ્ઞાનનો અભ્યાસ કર્યો ન હોય તો તે અદ્યતન તબીબી અભ્યાસ માટેની આવશ્યકતાઓને ન્યાય આપી શકતો નથી.

જ્યાં સુધી કોઈ વિદ્યાર્થી વર્ગોમાં પુરતી હાજરી આપે નહીં ત્યાં સુધી યુનિવર્સિટીઓ તેને સ્નાતકની પદવીની માન્યતા આપતી નથી. તેમ થવાનું કારણ એ કે છે કે થોડા વિદ્યાર્થીઓ જો તેમની પાસે માર્ગદર્શન માટે કોઈ શિક્ષક ન હોય તો પણ કોઈ પણ અભ્યાસક્રમનો સંપૂર્ણ અભ્યાસ કરે છે. ઘણા વિદ્યાર્થીઓ કેટલાક વર્ષોના સ્નાતક અભ્યાસક્રમોનું કાળજીપૂર્વક આયોજનબદ્ધ રીતે પાલન કરે છે, તો પણ તેમના જ્ઞાનમાં અભિવૃદ્ધિ કરી શકતા નથી. આવા અધ્યયનમાં શિક્ષકના માર્ગદર્શન વિના પણ દ્રષ્ટિ અને કાર્ય કરવાની ક્ષમતા વિકસિત થવી જોઈએ. જો કે કોઈ આધુનિક વિદ્યાર્થી આ રીતે જ્ઞાનપ્રાપ્તિ કરી શકતો નથી, તો માની લેવું કે તેનો સ્નાતક અભ્યાસ નિષ્ફળ ગયો છે. સંશોધન કાર્ય કરવા માટે મોટા ડોક્ટર જેનો તે અભ્યાસ કરવામાં તેનો કિંમતી સમય આપવા માગે છે તેનો તેના દિમાગમાં મૂળભૂત વિચાર હોવો જોઈએ.

ઉચ્ચ અભ્યાસનો બીજો પ્રકાર ડોક્ટર જાતે જ વધારે અભ્યાસ કરે તે છે. આ શિક્ષણ તેની પોતાની યોજના અનુસાર તેની કારકિર્દી દરમિયાન કોઈપણ સમયે લઈ શકાય છે. તે ડિગ્રી માટે કે યુનિવર્સિટીની માન્યતા માટે કામ કરતો નથી. તેને અસલ સંશોધન કરવામાં રસ ન પણ હોઈ શકે. આમ કરવાથી તે એક સક્ષમ ડોક્ટર તરીકે પોતાનો વિકાસ કરી શકે છે, તો પણ તે જે સ્વઅભ્યાસ કરે છે તેની કોઈ ચોક્કસ દિશા હોતી નથી. તે સ્વ અભ્યાસ પછી પણ તે કદાચ કોઈ નવી જ્ઞાનપ્રાપ્તિ ન પણ કરી શકે. આપણામાંના લોકો મોટાભાગના આપણે જે જ્ઞાનનો ઉપયોગ કરી શકીએ તેના કરતા ઘણું વધારે જાણતા હોઈએ છે.

મેડિકલ સ્કૂલનો અભ્યાસ પૂરો કર્યા પછી કેટલાક વરસ માટે સ્નાતક થવા માટે ઉચ્ચ અભ્યાસ કરવાની મારી ઈચ્છા હતી. તે પછી મારે ગ્રામ્ય પ્રદેશના ડોકટરો જેવી જ તબીબી પ્રેક્ટીસ કરવી હતી. હું બધું ફટાફટ કરવાની અપેક્ષા રાખતો નહોતો. હું માનતો હતો કે જો મારે મારા પ્રદેશના દર્દીઓ માટે મારી સેવાઓ સમર્પિત કરવી હોય, તો મારે સ્નાતક થવા માટે અને અદ્યતન અભ્યાસ પૂર્ણ કરવામાં મારા જીવનના ચાલીસ વર્ષ આપવા જોઈશે. આજે મોટાભાગના યુવાન લોકો વૃદ્ધ ડોકટરોની

વ્યાવસાયિક અને આર્થિક સ્થિતિ સુધી પહોંચવા માટે ખૂબ જ બેચેન હોય છે. પણ તેમણે સમજવું જોઈએ કે મજબૂત ઝાડ ધીમે ધીમે ઉગે છે.

મેં બે વર્ષ જર્મનીમાં બર્લિન યુનિવર્સિટીમાં ગાળવાનું નક્કી કર્યું. મારે ત્યાં કેટલાક તબીબી ક્ષેત્રોમાં વધારે અભ્યાસ કરવાની ઈચ્છા હતી. જો કે મારી મેડીકલ સ્કુલ અને યુનિવર્સીટીમાં મેં જે અભ્યાસ કર્યો હતો તે એડવાન્સ મેડીકલ કોર્સ કરી શકું એટલો પુરતો નહતો. મારા પ્રારંભિક અભ્યાસમાં ગણિતશાસ્ત્ર અને ક્લાસિક્સ (પ્રાચીન ગ્રીક અને લેટીન સાહિત્ય, તત્વજ્ઞાન અને ઈતિહાસનો અભ્યાસ) જેવા વિષયો હતા. પણ તેમાં જીવ વિજ્ઞાન નહોતું. આથી મેં પત્રવ્યવહાર થી ચાલતા અભ્યાસક્રમ વડે જીવ વિજ્ઞાન શીખવા માટે ગોઠવણ કરી લીધી. આજ રીતે મેં મનોવિજ્ઞાનનો અભ્યાસ કર્યો. આ અભ્યાસક્રમો મેં જયારે હું દર્દીને જોવા માટે જતો ત્યારે અને તે સિવાય મારી પાસે બચતા ફાજલ સમયમાં અભ્યાસ કરી અને પૂર્ણ કર્યા. આ માટે મને ચાર વરસ લાગ્યા. મેં મારી સમગ્ર કારકિર્દી દરમ્યાન મનોવિજ્ઞાનને લગતા પુસ્તકોનો અભ્યાસ કર્યો છે, પણ હું તે વિષયનો એક પણ મૂળભૂત વિચાર ક્યારે સમજી શકયો નથી. હું તે માટે દિલગીર છું. છેલ્લા કેટલાક વર્ષોથી મેં તે સમજવાનો પ્રયાસ છોડી દીધો છે અને તેના બદલે હું રહસ્યમય કથાઓ વાંચુ છું.

બીજું એક અધ્યયન જે મેં પરિપૂર્ણ કરવા માટે સખત મહેનત કરી હતી તે હતી ફ્રેન્ચ ભાષા. ગ્રામ્ય પ્રદેશના રસ્તાઓ પર મુસાફરી કરતી વખતે મેં ફ્રેંચ ભાષાનો અભ્યાસ કર્યો હતો અને થોડી સ્પેનીશ અને ઈટાલિયન ભાષા પણ શીખી લીધી હતી. મારું સદનસીબ હતું કે જયારે હું બર્લિન યુનિવર્સીટીમાં અભ્યાસ કરવા માટે પહોંચ્યો ત્યારે એક પ્રાધ્યાપકે મને ઈટાલિયન ભાષામાં પ્રગટ થયેલા એક લેખમાંથી તેનું અંગ્રેજી ભાષામાં ભાષાંતર કરવા માટે બે પાના આપ્યા. અને જયારે મેં તેનો અનુવાદ કરી આપ્યો ત્યારે તેઓ આશ્ચર્યચકિત થઈ ગયા હતા.

જર્મન એ પ્રથમ ભાષા હતી જે હું બાળપણમાં શીખ્યો હતો. મેં સમગ્ર જીવન દરમ્યાન જર્મન ભાષાના અખબારો અને પુસ્તકો વાંચ્યા અને જર્મન ભાષામાં થતી વાતચીત સમજી છે. પણ મને એમ લાગ્યું કે મારે મારું તબીબ ક્ષેત્રે ઉપયોગી જર્મન ભાષાનું જ્ઞાન સમૃદ્ધ કરવું જોઈએ. તેથી મેં ચેતાતંત્ર વિષે લખાયેલા એક શરીરરચના

અંગેના જર્મન પુસ્તક નું અંગ્રેજીમાં ભાષાંતર કર્યું. જો કે તે એટલું બધું સારું નહોતું થયુ અને તેથી મને ખબર પડી કે તે મૂળ પુસ્તક ઘણી અઘરી જર્મન ભાષામાં લખાયેલું હતું.

હું મારી પત્ની અને બાળકો સાથે બર્લિન પહોંચ્યો. તે પછી પછી, હું યુનિવર્સિટીએ ગયો. ત્યાં મારે જે અભ્યાસક્રમમાં જોડાવું હોય તેમાં નામ દાખલ કરાવવાનું હતું. દરેક વિદ્યાર્થીએ તેનું પ્રવેશપત્ર લઇ અને જ્યાં તે અભ્યાસક્રમો ચાલતા હતા ત્યાં જવાનું હતું. તે પછી તેને ત્યાં તેની બેઠક ફાળવવામાં આવતી હતી અને સમગ્ર અભ્યાસક્રમ દરમ્યાન તે વિદ્યાર્થીએ જ્યાં સુધી અભ્યાસ કરે ત્યાં સુધી ત્યાં જ બેસવાનું હતું.

હું પેરીટોનિયમ પર સંશોધન કરવા માંગતો હતો અને તેથી મેં ડૉ. હાન્સ વિર્કોવ સાથે આ સંશોધન કાર્ય અંગે ચર્ચા કરવા ગયો. તેને મને કહ્યું કે ત્યાં કોઈને પેરીટોનિયમ વિષે કંઈ પણ ખબર નહોતી. મને આ વિષયમાં રસ હતો એટલે તેણે મને "જે જરૂરી હોય" તે મદદ કરવાનું વચન આપ્યું. તેણે કહ્યું, "એ કોઈ વ્યક્તિ કોઈના પેટમાં વીસ વરસ સુધી જીવતો રહ્યો છે અને હવે તેણે જે કંઈ પેટમાં જોયું છે તે લખવાનો છે." તેથી આ રીતે મારી ડૉ. વિર્કોવના સ્નાતક કક્ષાના વિદ્યાર્થી તરીકે નોંધણી થઇ અને મારા વિશેષ સંશોધનના વિષય તરીકે પેરીટોનિયમને માન્યતા મળી. મેં બે વર્ષ સુધી ડોક્ટર સાથે ઘનિષ્ઠ કામગીરી કરી. તે પછી હું યુનાઇટેડ સ્ટેટસ પાછો ગયો તે પછી પણ મેં પેરિટોનિયમનો અભ્યાસ કરવાનું ચાલુ રાખ્યું. મેં ડૉ. વિર્કોવની સલાહને અનુસરીને તે વિષય પર મારા લખાણો વીસ વરસ પછી પ્રકાશિત કર્યા. બે ભાગમાં લખાયેલા આ પુસ્તકનું નામ હતું, "ધ પેરિટોનિયમ". મને હવે તે પુસ્તક માં જર્મન ભાષામાં પ્રકાશિત ન કર્યું તે માટે અફસોસ થાય છે. તેમ કરવાથી ડૉ. વિર્કોવ ખુશ થયા હોત અને મેં તેમ તેને ખુશ કરવા માટે કર્યું હોત. હું હમેશા તેમણે મારા પર કરેલા અગણિત ઉપકારો માટે તેમનો આભારી રહીશ. તેઓ હમેશા ભારપૂર્વક ચેતવણી આપતા, "શું તે ખરું છે?" જ્યારે પણ કોઈ વિષય પર અભ્યાસ કરતી વખતે પ્રશ્ન ઉપસ્થિત થાય ત્યારે તેમણે આપેલી ચેતવણી ધ્યાનમાં આવે છે.

આ વર્ષો દરમિયાન આ મહાન શિક્ષક મારા પર ખૂબ જ દયાળુ હતા. તેમને જોઈને એવું જ લાગતું કે તેમના મનમાં હમેશા મારા કલ્યાણના જ વિચારો ચાલતા હોય તેવું લાગતું હતું. જ્યારે તેઓ વિજ્ઞાનના વિષયો પર વાત કરતા ત્યારે તે હંમેશા જર્મન

ભાષામાંજ બોલતા. પરંતુ જયારે તે ખુશમિજાજ હોય ત્યારે શુદ્ધ અંગ્રેજીમાં વાત કરતા. જો કે તેઓ મારા કાર્યની ટીકા કરતા, પરંતુ તેમણે મને હંમેશા પ્રોત્સાહિત કર્યો છે. જયારે હું તેમને મારા સ્પેશ્યલ પ્રોજેક્ટ પર કોઈ નવું સુચન કરું તો તે મને યાદ અપાવતા, "હા, તું જે કહે છે તે ખરું હોય તેવું દેખાય છે. પણ કોઈ બીજી વ્યક્તિ તારી સાથે શું દલીલ કરશે?"

એક વાર મને આ વિષયનો અભ્યાસ કરતી વખતે આઘાત લાગ્યો. કેટલીક પ્રક્રિયાઓથી સિલ્વર આલ્બ્યુમીનેટ બને છે તેવું માનવામાં આવતું હતું. તો પણ મને ઘણું શોધવા છતાં આ પ્રક્રિયાનું વર્ણન કરતો એક પણ શબ્દ મળ્યો નહીં . પણ એક દિવસ હું ધ રોયલ લાયબ્રેરીમાં તે વિષે શોધવા મહેનત કરતો હતો. અંતે હું મારી સમસ્યા લઈને એક પ્રોફેસર પાસે ગયો. તે હસ્યા અને મને કહ્યું, "આવો કોઈ પદાર્થ નથી, કે હશે પણ નહીં ." જયારે મેં આ વાત ડૉ.વિર્કોવને કહી ત્યારે તે હસી પડ્યા અને પછી તેણે તેમની જે સતત આપતા તે ચેતવણીને ફરીથી આપી, "તમે જે બધું વાંચ્યું છે તે પર વિશ્વાસ ન કરો!"

મને એનાટોમીમાં રસ હતો એટલે હું યુનિવર્સિટીમાં હતો તે દરમિયાન હું દરરોજ બે કલાક પ્રોફેસર વાલ્ડીયરના લેક્ચરમાં હાજરી આપતો હતો. જે સમયમાં કોઈ કામ ન હોય ત્યારે હું ડીસેકટીંગ રુમ(વિચ્છેદન ખંડ)માં એનેટોમી(શરીરરચના) નો અભ્યાસ કરતો હતો. પ્રોફેસર વાલ્ડીયર એ વાત પર ભાર મૂકતા કે દરેક વિદ્યાર્થીએ શરીરના દરેક ભાગની રચના અને સંબંધને સારી રીતે જાણવા જ જોઈએ. તેઓ કહેતા કે સર્જન જયારે ઓપરેશન કરતા હોય ત્યારે તેમણે કશું શોધવું પડે તેવું ન થવું જોઈએ. જયારે એક સર્જનને એનાટોમીનું જ્ઞાન ઓછું હોય અને તે ઓપરેશન પાછળ ઠેલે તો શરીરમાં ઈન્ફેકશન લાગી શકે છે. ડીસેક્શન રુમમાં બે કે ત્રણ વરસની ડીસેક્શનની પ્રેક્ટીસ કર્યા પછી કોઈ પણ સર્જનને તેના સંપૂર્ણ કૌશલ્યનો વિશ્વાસ થઈ શકે છે.

જર્મન પ્રોફેસરો તેમના વિદ્યાર્થીઓને શરીરરચનામાં ફક્ત આવશ્યક માહિતી જ આપતા. દર્દીઓની સામાન્ય સારવારમાં જે કંઈપણ વિદ્યાર્થીઓને જોવા ન મળતું તેનો અભ્યાસ કરાવવામાં આવતો નહોતો. એકવાર મેં હાથની ચેતાનું કાળજીપૂર્વક વિચ્છેદન કર્યું. તે સરસ થયું હતું અને મને પ્રોફેસર પ્રોફેસર વાલ્ડીયર તરફથી પ્રશંસની અપેક્ષા હતી, પણ તેના બદલે તેમને મોટા અવાજે કહ્યું, "તું આવી બાબત પર તારો

સમય શા માટે પસાર કરે છે?"પછી તેમણે મને સમજાવ્યું કે આવા ચોક્કસ અને નાજુક કામનો અભ્યાસ કરનાર સર્જને એવું કામ ન કરવું કે જે કામ તેને કોઈ દિવસ કામમાં આવવાનું ન હોય.

જયારે હું ડૉ. વિર્કોવ પાસે અભ્યાસ કરતો હતો ત્યારે મેં કોષ રચના પર કામ કર્યું. આ કાર્યમાં મારે ઘણા અલગ અલગ પદાર્થોનો ઉપયોગ કરવાનો હતો. આ અભ્યાસને ટીન્કટોરીઅલ કેમિસ્ટ્રી કહેવામાં આવે છે. વરસો વિતતા ગયા અને મારો અભ્યાસ ચાલતો રહ્યો અને પાંત્રીસ વરસ પછી મેં "માય થીયરી ઓફ થાઈરોઈડ ડીક્લાઈન" પ્રકાશિત કર્યું.

જયારે હું બર્લિનમાં હતો ત્યારે મેં ઘણાબધા ક્લિનિક જોયા. મેં આંખ, નાક અને ગળાના રોગો સિવાયની તમામ શાખાઓનું નિરીક્ષણ કર્યું. મારી શરૂઆતની મેડીકલ પ્રેક્ટીસ દરમ્યાન મેં આંખ, નાક અને ગળાના રોગોનો તલસ્પર્શી અભ્યાસ કર્યો હતો અને નાક અને ગળાના પણ ઓપરેશન કર્યા હતા. મેં મારા દર્દીઓ માટે નંબરવાળા ચશ્માની વર્દી આપવાનું પણ શીખી લીધું હતું.

એક વર્ષ સુધી મેં છાતીના રોગના જર્મન નિષ્ણાત સાથે અભ્યાસ કર્યો. સમય જતા હું ફેફસાના રોગોનું નિદાન કરતા પણ શીખી ગયો. જો કે હું કદી હ્રદયનો ગણગણાટ ચોક્કસ રીતે સમજી શક્યો નથી. પરંતુ હું એટલું તો અનુમાન લગાવી જ શકું છું કે દર્દીનું હ્રદય શું કરી રહ્યું છે, અથવા શું કરવા માટે સક્ષમ છે, તેથી તો હું સામાન્ય ક્લિનિકલ કાર્ય કરી શકું છું.

મેડીસીન સંબંધિત દરેક વિષયના અભ્યાસ કરવાના મારા આયોજનને અનુસરીને મેં ત્વચાના રોગનો અભ્યાસ કર્યો. તેના બે વરસના અભ્યાસના પરિણામે હું ત્વચાને લગતા લગભગ કોઈ પણ રોગનું નિદાન કરી શકું છું. જો કે તે દિવસોમાં ત્વચાના રોગનો અભ્યાસ એટલો બધો આગળ વધ્યો નહોતો.એક ડોકટરે ફક્ત ચર્મરોગના દર્દીને જોવાની અને આ વિષય પરની તેની તબીબી પુસ્તકને યાદ કરવાની જરૂર હતી.

આ પ્રખ્યાત શિક્ષકો તેમના વિદ્યાર્થીઓ પ્રત્યે ખૂબ માયાળુ હતા. મેં ડૉ. વાલ્દીયારના લેક્ચર્સમાં એક વરસ સતત હાજરી આપી, તે પછી તેમણે મને તેમની ઓફિસમાં બોલાવ્યો. તેણે કહ્યું કે તેણે મારી નબળી આંખો પર ધ્યાન આપ્યું અને

તેમને ખબર પડી ગયી કે મારાથી દૂરની વસ્તુઓ જોઈ શકાતી નહોતી. આ કારણોસર તેમણે લેકચર હોલમાં મારા માટે એક આગળની સારી બેઠકની વ્યવસ્થા કરી હતી. આ આગળની બેઠકો પર સૈન્ય અધિકારીઓનો કબજો હતો. પ્રથમ વ્યાખાન શરુ થવાની થોડી મીનીટો પહેલા મેં મારી નવી બેઠક લીધી કે થોડી વારમાં જ કેટલાય સૈન્યના સર્જનો લેકચર હોલમાં આવ્યા. તેઓ મારી આસપાસ વર્તુળાકારે બેઠા અને આગઝરતી નજરે મારી સામે જોઈ રહ્યા. જયારે પ્રોફેસર લેકચર હોલમાં આવ્યા કે તેમણે મને ગુડ મોર્નીંગ કહ્યું પણ પેલા અધિકારીઓનું અભિવાદન કર્યું નહીં. આમ કરવાથી તે અધિકારીઓ સમજી ગયા અને તેમના માટે અન્ય બેઠકો શોધી લીધી. પણ બાકીના મહિનાઓ દરમ્યાન તે અધિકારીઓએ મારી સાથે યોગ્ય વર્તન કર્યું નહીં.

મેં યુનિવર્સિટી છોડી તે પહેલાં, ડૉ. વાલ્ડીયારે મને એનાટોમી વિષયમાં તેના સહાયક તરીકે કામ કરવાનો પ્રસ્તાવ મુક્યો. પ્રોફેસર વિર્કોવે મને સર્જન બનવાનો વિચાર પડતો મૂકી અને મારું સંશોધન ચાલુ રાખવા માટે ઘણીવાર કહ્યું. તેઓ મને વારંવાર યાદ કરવાતા, "વિચારશીલ માણસોએ પોતાનો સમય દર્દીઓની સારવાર કરવામાં જ પસાર કરવો જોઈએ નહીં. એ સનાતન સત્ય છે કે કોઈક વાર તો દર્દી મરી જ જશે."

તે બે વર્ષોનો અનુભવ મારા માટે અદ્ભૂત રહ્યો. તે દિવસોમાં મેં ફક્ત રવિવારે જ કામ કર્યું નથી. વાતાવરણ સખત મહેનત કરવા માટે અનુકુળ હતું – હંમેશા ઠંડુ અને થોડું વાદળછાયું. મારા બર્લિનના દિવસોને યાદ કરું છું ત્યારે મને તબીબી જગતના સદાકાળ માટે મહાન રહેનારા લોકોની ઉષ્માભરી મિત્રતા યાદ આવે છે. તેમના પ્રવચનો અસામાન્ય નહોતા. તેમણે જે ચર્ચાઓ કરેલી તે સામગ્રી આજે ઘણા બધા પુસ્તકોમાં વાંચતી વખતે મળી આવે છે. તે લોકો તેમના વિદ્યાર્થીઓ માટે મહાન હસ્તીઓ હતી. તે પૈકીના કેટલાક પ્રોફેસરો સાઈઠ થી સીતેર વરસની ઉંમરના હતા. પરંતુ તેઓ જબરદસ્ત ઉર્જા અને સમર્પણ સાથે કાર્ય કરતા. ડૉ. વિર્કોવ એંસી વરસની ઉંમરે પ્રયોગશાળામાં સહુથી વહેલા પહોંચી જતા અને જાતે જ બધા નમૂનાઓ ગોઠવતા. તેમના કઠોર પરિશ્રમની સ્મૃતિ મને આજે પણ પ્રેરણા આપે છે. તે કોઈ પણ વ્યક્તિના કાર્ય પ્રત્યેના રસ અને સમર્પણની આખરી પરીક્ષા છે. પ્રોફેસર વિર્કોવે મને એક વાર કહ્યું: "જે વ્યક્તિ પોતાના કાર્ય પર આંસુ સરે છે તે કદી જાણી શકતો નથી કે તેને કઈ વસ્તુની અજમાયશ કરવી જોઈએ." તેમના પ્રવચનો કદી અસામાન્ય નહોતા.

બર્લિન યુનિવર્સિટીમાં અમારા કામમાં હંમેશાં ઘણી સામગ્રીનો ઉપયોગ થતો હતો. પરંતુ પુસ્તકો અને સામગ્રી જ અમારા શિક્ષણનો સ્રોત નહોતા. જે હું શીખ્યો છું તે સંપૂર્ણપણે મારા પ્રયત્નો પર જ આધારિત છે. આ વાત નિષ્ણાતો અને ગ્રામ્ય પ્રદેશના ડોક્ટરો માટે સાચી છે.

જ્યારે હું અમેરિકા પાછો ફર્યો ત્યારે ન્યુયોર્કના બંદરમાં સ્ટેચ્યુ ઓફ લીબર્ટી ની પ્રતિમા ખડી હતી. તે મારા માટે સહુથી રોમાંચક પળ હતી. પણ મને ત્યાં જે કસ્ટમ ઓફીસનો અનુભવ થયો તે કહેવાની લાલચ હું રોકી શકતો નથી. કસ્ટમ ઓફિસમાં મને મારી સ્લાઈડસ, જર્મન માઈક્રોસ્કોપ અને પુસ્તકો પર ભારે કસ્ટમડ્યુટી ભરવાનું થશે તેવું મને લાગતું હતું. પણ તેઓએ મને કહ્યું કે હું મારી સાથે જે કંઈ લાવ્યો છું તેના પર ડ્યુટી ભરવાની થતી નથી. પણ આ જાણીને હું વ્યથિત થયો હતો કારણ કે મેં મારી હજારો સ્લાઇડ્સ જર્મનીમાં છોડી દીધી હતી. અને આ બધા કામ મારે ફરીથી કરવા પડે તેમ હતા.

દસ વર્ષના તબીબી અભ્યાસ પછી મારા શાળાના દિવસો સમાપ્ત થઈ ગયા. જો કે હું હજી પણ એક "આશાસ્પદ યુવાન" હતો. હવે પછીનો કોઈ પણ અભ્યાસ મારે મારી મેડીકલ પ્રેક્ટીસ દરમ્યાન કરવાનો હતો. હવે ત્યાં મારી જ્ઞાનપિપાસા સંતોષવા માટે કોઈ નહોતું. હવે મારે ફરીથી બધું શરુ કરવાનું હતું, અંત મારી પાસે નમૂનાઓ નહોતા, પુસ્તકો નહોતા, સ્લાઈડસ નહોતી અને પૈસા પણ નહોતા. મારે આ બધું જ્યારે પણ જ્યાંથી મળે ત્યાંથી શોધી કાઢવાનું હતું.

*****

પ્રકરણ ૮મું

મેડીસીનમાં સ્નાતક કક્ષાએ અભ્યાસ કરવા માટે કોઈ સંસ્થામાં અદ્યતન અભ્યાસના આયોજિત કાર્યક્રમમાં જોડાવું પડે છે. ડોકટરો માટે અનુસ્નાતક કાર્યનો અર્થ એવી વ્યાવસાયિક તાલીમ છે કે જે તેઓ તેમના કારકિર્દી દરમિયાન પ્રાપ્ત કરે છે. તબીબી શાળામાં મહિનાના થોડા અઠવાડિયાના ટૂંકા અભ્યાસક્રમો પણ અમુક અંશે અનુસ્નાતકનું કાર્ય માનવામાં આવે છે. પરંતુ એક ડોક્ટર મેડિસીનના વિશેષ ક્ષેત્રમાં તેને જે વિષયમાં રસ પડે તેમાં સંભાળપૂર્વકનો સંપૂર્ણ અને લાંબો અભ્યાસ કરે, તે પણ, અનુસ્નાતક કાર્ય કર્યું કહેવાશે.

તબીબીશાસ્ત્રના અનુસ્નાતક કક્ષાના અભ્યાસ માટે ત્રણ આવશ્યકતાઓ છે; શિક્ષણ માટેની આવશ્યક સામગ્રી, પુસ્તકો અને દ્રઢ નિશ્ચય. ડોક્ટર માટે સામગ્રીનો અર્થ તેના દર્દીઓ છે. જે હવે તેમની પાસે મોટી સંખ્યામાં હશે. હવેના દિવસોમાં સર્વ અભ્યાસુઓ માટે પુસ્તકો ઉપલબ્ધ છે. કાર્ય કરવા માટે નો નિર્ધાર એ પ્રક્રિયાનો સૌથી મહત્વપૂર્ણ ભાગ છે.

મેડીસીનના ક્ષેત્રમાં ડોક્ટર તે બધું જ જાણે છે એવો સંતોષ લઈ શકતો નથી. તેને ટૂંક સમયમાં જ સમજાય છે કે નવું સંશોધન તેના જ્ઞાનને અપૂરતું બનાવે છે. તેઓની દવાઓ વિષેની સમજ અને પદ્ધતિને નવી દવાઓ અને વધુ સારી પધ્ધતિઓથી બદલાવવી પડશે. તબીબી શાળાઓ આ પ્રકારની થોડી માહિતી આપી શકે છે. ડોક્ટરને તે જે દર્દીઓની સારવાર કરે છે તેના સંપૂર્ણ અભ્યાસમાંથી ઘણું જ નવું શીખવા મળે છે. જો ડોક્ટર અવલોકન દ્વારા શીખે છે, તે જ્ઞાનનો જો કાળજીપૂર્વક રેકોર્ડ રાખવામાં આવે અને તેને યોગ્ય રીતે વર્ગીકૃત કરવામાં આવે અને જો તે પરથી યોગ્ય નિષ્કર્ષ લેવામાં આવે, તો તેનો આ અનુભવ ડોક્ટરના યુનિવર્સિટીમાં કરેલા અભ્યાસ કરતાં વધારે મૂલ્ય ધરાવે છે.

તબીબી ક્ષેત્રના સમગ્ર ઇતિહાસમાં છેલ્લા પચાસ વર્ષ દરમિયાન જેટલી પ્રગતિ થઈ છે તેટલી પહેલા કદીપણ થઈ નથી. તે એટલી ઝડપથી આગળ વધી રહી છે કે કોઈ પણ ડોક્ટર તમામ તબીબી ક્ષેત્રે થયેલી શોધખોળો વિષે જાણી શકે. જેમ

જેમ જ્ઞાનમાં વધારો થતો ગયો તેમ તેમ કેટલાક લોકો ચોક્કસ રોગના તમામ પાસાઓનો અભ્યાસ કરી અને નિષ્ણાત થયા. પચાસ વર્ષ પહેલા જનરલ પ્રેક્ટીસ કરતા ડોક્ટરો પાસે તેમના ક્ષેત્રનું શરીર રચના (એનેટોમી), દેહધર્મવિદ્યા (ફીઝીઓલોજી) કે રોગ વિજ્ઞાન (પેથોલોજી)નું વિશિષ્ટ જ્ઞાન નહોતું. કેટલાક નિષ્ણાતો તેમના દરેક દિવસનો એક ભાગ અભ્યાસ કરવામાં વિતાવે છે. હું એક નાક અને ગળાના નિષ્ણાતને જાણતો હતો કે જે છેલ્લા વીસ વર્ષોથી રોજ દિવસના બે કલાક તેમના ક્ષેત્રના એનેટોમી અને પેથોલોજી વિષયના અભ્યાસ કરવામાં ગાળતા હતા.

મારા વિદેશના અભ્યાસે મને ખુબ જ સરસ તાલીમ આપી હતી. મેં પ્રયોગશાળાઓમાં થતા પરીક્ષણો સંપૂર્ણપણે શીખી લીધી હતા. મેં બનાવેલી કેટલીક સ્લાઈડો આજે પણ બર્લિનના સંગ્રહાલયમાં પ્રદર્શિત કરેલી છે. હું પુસ્તકો અને તેના ઉપયોગ કરવા વિષે શીખ્યો. હવે, મને વધુ અધ્યયન કરવાની જરૂર લાગી અને મેં ઈજા ના ઉપચારની પ્રક્રિયાઓ પર મારો પ્રોજેક્ટ નક્કી કર્યો. તે ઉપરાંત મને પેશીઓની સંરચના (હીસ્ટોલોજી) વિષયમાં ઘણા વર્ષોથી રસ પડ્યો હતો. તેથી મેં પેશીય સંરચના કેવી રીતે થાય છે તે પર પણ મારું કાર્ય ચાલુ રાખ્યું.

હું કાન્સાસમાં એક એવા નાનકડા શહેરમાં સ્થાયી થયો હતો કે જે શહેરમાં માત્ર એક હજાર જેટલા લોકોની વસ્તી હતી. પણ તરત જ મારી પ્રેક્ટીસ જામી ગઈ. ઘણી વાર કેટલાક બીજા ડોક્ટરો તેમના કેસો માટે મને કન્સલ્ટ કરતા. થોડા જ સમયમાં મને કાન્સાસ શહેરની મેડીકલ કોલેજમાં હીસ્ટોલોજી અને પેથોલોજીનું અધ્યાપનકાર્ય કરાવવા માટે આમંત્રણ આપવામાં આવ્યું. તે ૧૯૦૧નુ વર્ષ હતું. હું ત્યાં અઠવાડિયાના પાંચ દિવસ એક મહિનાના પચાસ ડોલરના વેતનથી શૈક્ષણિક કાર્ય કરતો હતો – લગભગ તેટલીજ રકમનું એક સફાઈ કર્મચારીને મહેનતનું મળતું હતું. પણ, હું પશ્ચિમમાં પ્રથમ પૂર્ણ સમયનો પ્રાધ્યાપક હતો. શનિવારે અને રવિવારે હું દર્દીઓની મુલાકાત લેતો અને મેં મારી હોસ્પિટલ શરુ કરવા પર ધ્યાન આપ્યું.

શૈક્ષણિક સંસ્થાનમાં મારું સ્થાન મહત્વપૂર્ણ ન હોવા છતાં હું નોકરી મેળવીને ખુશ હતો, કેમ કે તે હોસ્પિટલ એક મેડીકલ સ્કુલ સાથે જોડાયેલી હતી અને હું મારા વિષે જ અભ્યાસ માટે નમુનાઓ મેળવી શકું તેમ હતો. મને આ અવલોકનોથી એ પણ

જોવાની તક મળી કે સર્જીકલ પેશન્ટ કેવી રીતે મૃત્યુ પામે છે. અવલોકનોથી મને એ જાણવા મળ્યું કે સર્જનોએ શું ન કરવું જોઈએ. તબીબીશાળામાં મેં હિસ્ટોલોજિ, બેક્ટેરિયોલોજિ, પેથોલોજિ, પ્રાયોગિક શાસ્ત્રક્રિયા અને ગાયનેકોલોજિ જેવા વિષયો શીખવ્યા અને ડિસેક્ટીંગ રૂમની જવાબદારી લીધી. તે દિવસોમાં હું દસ કલાક શૈક્ષણિક સામગ્રી તૈયાર કરવામાં, શૈક્ષણિક કાર્ય કરવામાં વિતાવતો, અને તે ઉપરાંત મેં વિદ્યાર્થીઓના ઉપયોગ માટે બેક્ટેરિયોલોજિ અને હિસ્ટોલોજિ પર હેન્ડબુક લખી હતી. આ હેન્ડ બુક્સના પ્રિન્ટર સાથે કામ કરતી વખતે મને પ્રકાશન માટેની ઉત્તેજના અને લેખનનો આનંદ મળ્યો હતો.

મને ક્યારેય વિશાળ પ્રેક્ષકગણ સાથે સંવાદ કરવાનું ફાવ્યું નથી. પરંતુ મને આશા હતી કે વિદ્યાર્થીઓને નિયમિત રીતે વ્યાખ્યાન આપવાથી કદાચ મારો સ્ટેજ ફીઅર દૂર થઈ શકે. એ વાત મારા ધ્યાનમાં આવી હતી કે ઘોંઘાટીયા મેડિકલના વિદ્યાર્થીઓના કારણે મન થી ઢીલા થઈ ગયેલા શિક્ષકનું કંઈ ભલું થતું નથી. લેકચર લેવું મારા માટે અશક્ય હતું, તેથી મેં પુસ્તકોમાંથી પાઠ આપ્યા અને પછી વિદ્યાર્થીઓએ જે વાંચ્યું હતું તેની પરીક્ષા લીધી. આમ થવાથી હું યોગ્ય રીતે લેકચર લઈ નહોતો લઈ શકતો તેમ છતાં મારા મોટાભાગના વિદ્યાર્થીઓ સારા ડોકટરો બન્યા.

મેં ત્યાં સાત વર્ષ સુધી શૈક્ષણિક કાર્ય કર્યું અને મારા માટે તે એક મૂલ્યવાન અનુભવ હતો. જયારે હું કોલેજમાં હતો ત્યારે મેં એક મહિનાના પચાસ ડોલરથી વધુ કમાણી કરી ન હતી, પરંતુ મારી પાસે જે સામગ્રી હતી તે મારા પોતાના અભ્યાસ માટે ઉપયોગમાં લઈ શકતો હતો. જો કે હું મેડીસીનની બધી શાખાઓ શીખવવા માટે તૈયાર નહોતો, પણ એટલા માટે સખત અભ્યાસ કર્યો કે જેથી હું મારા વિદ્યાર્થીઓને શીખવામાં મદદ કરી શકું. જેમ જેમ મારો આત્મવિશ્વાસ વધતો ગયો તેમ તેમ મને લાગ્યું કે હવે મને વ્યાખ્યાન આપવામાં એટલો બધો ડર લાગતો નથી.

મારા વિદ્યાર્થીઓ તમામ ઉંમરના હતા અને તેઓ ઘણા જુદા જુદા વ્યવસાયમાં કામ કરતા હતા. તે પૈકીના કેટલાક કસાઈઓ, વાણંદ, ઈંટોના ભથ્થામાં કામ કરતા મજુરો, શાળાના શિક્ષકો અને સ્થાનિક ચર્ચના પ્રમુખો હતા. તેમને ભણાવવા અને તેમની સાથે પ્રયોગશાળામાં કામ કરવાથી મને તે છોકરાઓને સારી રીતે ઓળખવાની તક મળી હતી. આ વિદ્યાર્થીઓ વર્ષોથી મારા મિત્રો રહ્યા છે. મેં તેમણે

જે પેથોલોજિ વિષયમાં જે શીખવવાનો પ્રયાસ કર્યો હતો, તે તેઓને એટલું બધું યાદ નથી, પણ તેઓએ મારા બધા ટુચકાઓને યાદ રાખ્યા છે.

મેં શસ્ત્રક્રિયા અંગેનું શિક્ષણ ડિસેક્ટીંગ રૂમમાં પ્રાયોગિક રીતે જ શીખવ્યું હતું. મેં મારા વિદ્યાર્થીઓને ડીસેકટીંગ રૂમમાં દિવસના ચાર કલાક કાર્યરત રાખ્યા હતા. સારા વિદ્યાર્થીઓ સમુહમાં કાર્ય કરતાં હતા અને જે વિદ્યાર્થીઓ શીખવા માંગતા નહોતા, તેમની મેં અવગણના કરી હતી. તે પૈકીના કેટલાક સારા વિદ્યાર્થીઓએ મેં જોયા ન હોય તેવા કેટલાક શ્રેષ્ઠ વિચ્છેદન કરીને મને પુરસ્કૃત કર્યો છે.

આ સમય દરમિયાન મને એક પ્રકાશન ગૃહે ગોઇટર્સ(શરીરમાં થતી ગાંઠો) પર એક પુસ્તક લખવાનું કહ્યું. મને આ તક મળી એટલે આનંદ થયો અને મેં કામ કરવાનું શરૂ કર્યું. પરંતુ મને ટૂંક સમયમાં જ ખબર પડી ગઈ કે તે વિષયના સંશોધન માટે કોઈ પુસ્તકો ઉપલબ્ધ નહોતા કે ત્યાં કોઈ તબીબી લાયબ્રેરી પણ નહોતી. તેથી મારે મારા પોતાના ખર્ચે પુસ્તકો ખરીદવા પાડ્યા. એક દિવસ મેં મોટી સંખ્યામાં પુસ્તકો અને ઘણા તબીબી જર્નલોનો ઓર્ડર આપ્યો. આમ વર્ષો સુધી મારું પુસ્તકાલય આઠ હજાર પુસ્તકો અને દસ હજારથી વધુ કાગળો અને જર્નલોથી સમૃદ્ધ થયું. આ પુસ્તકોની કિંમત હજારો ડોલર છે. મને ખબર નહોતી કે મને તેમના પૈસા ચૂકવવા માટે પૈસા ક્યાંથી મળશે. પુસ્તકોનો વેપારી મારો પેશન્ટ અને સહાનુભૂતિશીલ માણસ હતો અને મેં તેમના પુસ્તકોના પૈસા જયારે પણ આવ્યા ત્યારે તેમજ તેની સારવાર કરીને ચૂકવી દીધા હતા. આ રીતે મેં સ્નાતક કક્ષાના અભ્યાસક્રમ માટેના આવશ્યક પુસ્તકો પ્રાપ્ત કર્યા હતા.

ગોઇટર્સ(શરીરમાં થતી ગાંઠો) પર પુસ્તક લખવાનો અનુભવ ખૂબ મૂલ્યવાન હતો. મને મારી પોતાની લાયબ્રેરી શરૂ કરવાની અને નમૂનાઓનો ખુબ નજીકથી અભ્યાસ કરવાની ફરજ કરવાની અભ્યાસ પડી હતી. ગાંઠો પરનું પુસ્તક લખવાનો અનુભવ ઉપયોગી હતો. મારું આ પુસ્તક પ્રકાશિત થયા પછી એવા ઘણા દર્દીઓ કે જેમને શરીરમાં ગાંઠો હતી તેઓએ મારી સલાહ લીધી હતી. થોડા જ વર્ષોમાં મેં એ જ વિષય પર ફરીથી વધુ સારૂ પુસ્તક લખવા માટે સામગ્રી એકત્રિત કરી લીધી.

તે દિવસોમાં તબીબી રેખાંકનો અને ફોટોગ્રાફ્સ એક ગંભીર સમસ્યા હતી. હું બીજા ડોક્ટર પાસેથી દર્દીઓના ફોટોગ્રાફ્સ ઉધાર લઇ શકું તેમ હતો, અને મને

એક તબીબી ચિત્રકાર મળ્યો, કે જેણે મારા ઉપયોગ માટે ગાંઠોના ઉત્તમ ચિત્રો દોર્યા. તે પુસ્તક માટે સામગ્રી એકત્રિત કરવાના અનુભવથી હું કાયમી રેકોર્ડ તરીકે ફોટોગ્રાફ્સના ઉપયોગની કિંમતથી વાકેફ થયો. જ્યારે મારું પુસ્તક પૂરું થયું ત્યારે મેં કેટલાક કેમેરા ખરીદ્ધા અને એક યુવાનને ફોટોગ્રાફર તરીકે નોકરી આપી. પચીસ વરસ સુધી તેણે મારા કલીનીકમાં કામ કર્યું છે અને રોગથી સંબંધિત દરેક વસ્તુનો ફોટો વિશ્વાસપૂર્વક જે ફિલ્મ પર રેકોર્ડ થઇ શકે એવા તમામ ફોટોગ્રાફ્સ ક્લિક કર્યા છે.

હું મારા વ્યવસાયિક કાર્યની શરૂઆતથી જ કેસ રેકોર્ડ્સના મહત્વને સમજ્યો છું. મારી પાસે છેક ૧૮૯૪થી મેં જેની સારવાર કરી છે લગભગ તે દરેક દર્દીઓનો રેકોર્ડ છે. મારા શરૂઆતના કેટલાક રેકોર્ડ્સમાં કેસ વિષે ખૂબ જ ઓછું જાણવાનું મળે છે, પરંતુ ચાલીસ વર્ષ પહેલા જોયેલા દર્દીઓને યાદ કરવા માટે એટલું પુરતું છે. હવે તમામ હોસ્પિટલો બધા દર્દીઓના રેકોર્ડ રાખે છે.

મેં દરેક ઓપરેશનના અંતે દુર કરવામાં આવેલા નમૂનાઓનું પરીક્ષણ કર્યું છે, કેમ કે મારી તાલીમ સંપૂર્ણ હતી. વધારામાં મેં જ્યારથી શાસ્ત્રક્રિયા કરવાનું શરૂ કર્યું તે સમયથી રોગગ્રસ્ત નમૂનાઓ, માઇક્રોસ્કોપિક સ્લાઇડ્સ અને મારા બધા કામકાજ માટેના હોસ્પિટલ ચાર્ટ્સ પણ રાખ્યા છે. ઓપરેશન સમયે મારા તારણોનો રેકોર્ડ, રોગગ્રસ્ત નમૂના અને તેનો ફોટોગ્રાફ અને માઇક્રોસ્કોપિક સ્લાઇડ્સ - આ બધી સામગ્રી સર્જિકલ પેથોલોજીના અભ્યાસ માટે ઉત્તમ સ્ત્રોત છે. મારી પાસે આ બધી સમૃદ્ધ સામગ્રીની સંપત્તિ હોવાથી મેં લખવાનું વિચાર્યું અને પરિણામ સર્જિકલ પેથોલોજી પર દસ વોલ્યુમનું કામ થઇ શક્યું.

મારા લખાણો તે મારા દર્દીઓએ જે શીખવ્યું હતું તેની અભિવ્યક્તિ છે. આ વાત મેં મારા મંતવ્યોમાં પણ જણાવી છે. મારી કેટલીક માન્યતાઓ સાચી ન પણ હોઈ શકે. પછી ભલે મેં તેમના વિષે યોગ્ય રીતે વિચાર્યું ન હોય, તો પણ મેં જે કઈ લખ્યું છે, તે હકીકતોના આધારે લખ્યું છે. મેં આ તબીબીકાર્ય વિષે લખ્યું છે, કારણ કે મને તે કરવાનું ગમે છે. શાસ્ત્રક્રિયામાં પોસ્ટ ગ્રેજ્યુએટ કાર્ય કરવા માટે આ પ્રકારનું સંપૂર્ણ સંશોધન કરવાનો મારો વિચાર છે.

એક સર્જનને જે અનુસ્નાતક કાર્ય કરવાનું છે તેના કેટલાક આવશ્યક પાસાઓની વાત કરીશું. તે માટે એક યુવાન ડોક્ટર પાસે તબીબી વિજ્ઞાનના કેટલાક વિષયો ખાસ કરીને એનેટોમી અને પેથોલોજિ ના મૂળભૂત સિદ્ધાંતોનું ખુબ જ સારુ જ્ઞાન હોવું જોઈએ, કોઈપણ સર્જન માટે સંપૂર્ણ અભ્યાસ કરવાનો તેનો દ્રઢ નિશ્ચય એક મહત્વનું પરિબળ છે અને તે પરિબળ જ તેને એક સફળ સર્જન બનાવી શકે છે.મારા એક શિક્ષક કહેતા, "સર્જને કોઈપણ સમસ્યાનો સામનો કરવો જોઈએ અને તે સમસ્યાનો જવાબ મેળવવો જોઈએ. જ્યારે તે ઓપરેશન નાઈફ (શાસ્ત્રક્રિયા કરવા માટેની છરી) હાથમાં લે કે તરતજ તે ઓપરેશન અંગેનું ચિત્ર તેની સામે ખડું થઈ જવું જોઈએ. અને તેને એનાટોમી એવી આવડવી જોઈએ કે તેને એમ જ લાગે કે તેનો દર્દી કાચનો બનેલો છે. અને તેણે લેબોરેટરીના પરીક્ષણનું શું પરિણામ આવશે તેનો સચોટ અંદાઝ કરી શકે એવો પેથોલોજિ નો અભ્યાસ કરવો જોઈએ. તેણે દર્દીનો ઈલાજ થાય ત્યાં સુધી તેને ધા ને સીવવાના સમયથી જ ધા ને સુધારવાની પ્રક્રિયા પર ધ્યાન આપવું જોઈએ. આ એક આદર્શ સર્જન ના લક્ષણો છે."

આ આદર્શ ક્યારેય પૂર્ણ થઈ શકતો નથી, જોકે ઘણા સર્જનો તેને લગભગ પ્રાપ્ત કરી લે છે. એમ કહી શકાય કે એક સારો સર્જન એ પ્રતિભા અને સતત અભ્યાસનું પરિણામ છે. શાસ્ત્રક્રિયાનો અભ્યાસ કરવા માટે યુવાન ડોક્ટર દયાળુ હોય તે જરૂરી છે. એકવાર જ્યારે તેની પાસે દર્દી આવવા લાગે ત્યારે તેને જાળવી રાખવા જરૂરી છે. દર્દીને જમીન પર રાખો(તેને માથે ન ચડાવો) પણ તેને મિત્ર તરીકે રાખો. આમાંની પ્રથમ શરત ડોક્ટરની કુશળતા દ્વારા પ્રાપ્ત થાય છે; જ્યારે બીજી શરત પૂર્ણ કરવા માટે ડોક્ટરે દર્દી સાથે પ્રમાણિક થવું પડે છે.

દર્દીની બીમારીનો ઇતિહાસ પહેલેથીજ ધ્યાનમાં લેવો જોઈએ અને તેની કેસમાં નોંધ કરવી જ જોઈએ. તે માટે માનવ સ્વભાવ અને રોગનું જ્ઞાન જરૂરી છે. પણ તેમ કરવા માટે સખત મહેનત કરવી પડે છે અને સમય લાગે છે. પરંતુ દર્દીની બીમારીનો સંપૂર્ણ ઇતિહાસ એ સૌથી મહત્વપૂર્ણ પરિબળ હોઈ શકે છે. તે જેટલું માઈક્રોસ્કોપિક સ્લાઈડઝ બતાવશે તેટલું ડોક્ટરને કહી શકે છે. તેમ છતાં એક દર્દી ઘણી વખતે તેની વેદનાને અસહ્ય ગણાવે છે અને જ્યારે તે દાવો કરે છે કે તેને પીડા થઈ રહી છે, ત્યારે તેને ધૂમ્રપાન કરતો અથવા જોક્સ વાંચતો હશે એવી ડોક્ટરે નોંધ લીધી હશે. જ્યારે દર્દી તેની સ્થિતિ વિષે જૂઠું બોલે છે, ત્યારે ડોક્ટર છેતરાતા નથી.

જયારે કેસ હિસ્ટ્રી તૈયાર કરવાની હોય અને દર્દી તેના રોગના લક્ષણો વિષે મૂંઝવણમાં હોય છે, ત્યારે નિદાન કરવું વધુ મુશ્કેલ બની જાય છે. તે સમયે વૈજ્ઞાનિક વિચારસરણી અને સારા નિર્ણયની જરૂર પડતી હોય છે.

દર્દીની બીમારીનો ઇતિહાસ જાણ્યા પછી ડોક્ટર તેની શારીરિક તપાસ કરે છે. પરીક્ષણના પરિણામોથી પ્રારંભિક નિદાન કે જે કેસ હિસ્ટ્રી દ્વારા સૂચવવામાં આવ્યું હતું તેની સાથે સંમત થઈ શકાય છે. એક્સ-રે, પ્રયોગશાળા અને રાસાયણિક પરિક્ષણો થઇ શકે છે. જયારે પરીક્ષણો પૂર્ણ થાય છે ત્યારે ડોક્ટર એ વાત પર ધ્યાન આપે છે કે હવે તેનું શું કરવું. જો ઓપરેશનની જરૂર હોય, તો ડોક્ટર પોતાના મનમાં ઓપરેશન કેવી રીતે કરવું તેની યોજના બનાવે છે. ડોક્ટર શું જોઈ શકે છે અને અનુભવે છે અને દર્દી તેને શું કહે છે તેમાંથી તે બીમારી નક્કી કરે છે. સર્જન તરીકે તેણે એ પણ જોવું જોઈએ કે દર્દી કેવો છે. તે વૃદ્ધ, યુવાન, ચરબીવાળો અથવા પાતળો પણ હોઈ શકે અને એક સર્જન તરીકે તેણે ઓપરેશન માટે દર્દીનું માનસિક વલણ કેવું છે તે પણ જોવું જ જોઈએ. તે પછી ઓપરેશનમાં શું જોખમ હોઈ શકે તેનું ડોક્ટર અનુમાન કરે છે. જો ઓપરેશન ન કરવામાં આવે તો દર્દીનું શું થશે તે પણ તે ધ્યાનમાં લે છે. આવા સમયે એક ડોક્ટર ખુદને પૂછે છે કે જો તે દર્દી હોત તો તે આવું ઓપરેશન કરાવવાનું ઇચ્છશે કે કેમ? તે જ વાસ્તવિક કસોટી છે.

દર્દીના જીવ નું જોખમ એ કોઈ પણ સર્જન માટે સૌથી મહત્વપૂર્ણ ચિંતા હોય છે. દર્દીમાં તેની રુચી ઉપરાંત તેની પ્રતિષ્ઠા તેના નિર્ણયથી દાવ પર લાગી ગઈ હોય છે. ઓપરેશનના એવા પણ પાસાઓ હોય છે કે જેની તેને પરીક્ષણોમાં જાણ ન થઇ હોય એવો કોઈ રોગ મળી આવે અથવા ઘામાંથી વહેતો થયેલો રક્તપ્રવાહ જો ફેફસાંમાં પહોંચે તો તે રક્તપ્રવાહ ત્યારે દર્દીને મારી નાખે છે અને લોકો કોઈ પણ જાતની ચેતવણી વિના દર્દી હદયરોગથી મરી જાય છે. આ પ્રકારની ઘટનાઓની અપેક્ષા હોતી નથી; અને જો થાય તો ડોક્ટર તેના દર્દીને બચાવી શકતો નથી. આવી દુખદ ઘટનાઓ બને છે, પણ તેની જવાબદારી સર્જનની ગણાય છે. આવી દુખદ ઘટનાઓ ડોક્ટરને શરીરથી નહીં, તો મનથી વૃદ્ધ બનાવે છે. એક ડોક્ટરને આવા અકસ્માતો કાયમ યાદ રહે છે. ઘણી વાર એવા કિસ્સાઓ પણ બને છે, કે જ્યાં કોઈ અકસ્માત તો ન થયો હોય, પણ ઓપરેશનના પરિણામો સંતોષકારક હોતા નથી. તે પછી ડોક્ટર તેની જાતને સવાલ કરે છે કે જે ડોકટરે સારા પરિણામો મેળવ્યા હતા તેણે શું કર્યું હશે?

ચોથું મહત્વનું પાસું તે પેશીઓનું પરીક્ષણ છે. ઓપરેશન દરમ્યાન રોગની પ્રકૃતિ વધુ સરળતાથી નક્કી કરી શકાય છે. રોગગ્રસ્ત પેશીઓને દૂર કર્યા પછી સર્જન તે પેશીઓની સપાટી પર જુએ છે અને ધ્યાન આપે છે. તે પછી તેની સ્લાઈડ બનાવે છે અને પછી તે તેના માઈક્રોસ્કોપથી પેશીઓનો અભ્યાસ કરે છે. ડોક્ટરને ફરી વાર જ્યારે સમાન રોગગ્રસ્ત પેશીઓ મળે ત્યારે આ અભ્યાસને તે યાદ કરશે. આ રીતે સર્જન તેના જ્ઞાનમાં વધારો કરે છે.

પાંચમું પરિબળ તે રોગગ્રસ્ત પેશીઓનો માઈક્રોસ્કોપીક અભ્યાસ છે. રોગગ્રસ્ત પેશીઓના નમૂનાઓના ટુકડાઓ કરી અને તેની સ્લાઈડઝ બનાવી અને તેનો અભ્યાસ કરવો તે સર્જિકલ પરીક્ષણનો અંતિમ ભાગ છે.

ઓપરેશન પછીનું છઠ્ઠું પરિબળ તે હવે દર્દીની ચિંતા કરવાની છે. પેથોલોજિસ્ટ તે નક્કી કરી શકે છે કે રોગગ્રસ્ત પેશીઓનો કાળજીપૂર્વક અભ્યાસ કોઈ જોખમી સ્થિતિ બતાવતો નથી. પરંતુ દર્દીએ તેની સ્થિતિ અંગે જાણ કરવામાં સર્જન સાથે સહકાર કરવો જ જોઈએ. ઘણા વર્ષો વીતી ગયા પછી સર્જને એ જાણવાનો પ્રયત્ન કરવો જોઈએ કે દર્દીને એ જ રોગ પાછો થયો હતો કે નહીં. જો નિદાન ખોટું થયું હોત તો આ રોગ મટ્યો ન હોત અને તે દર્દીનું મૃત્યુ થયું હોત. કોઈપણ સર્જને જાતેજ પરીક્ષણ કરવું જોઈએ અને તેનું નિદાન કરવું જોઈએ. તેના સલાહકારો વિશ્વાસપાત્ર હોઈ શકે છે, પરંતુ સર્જન પોતે જ રોગનું નિદાન કરવા માટે બંધાયેલો છે. તેથી જ ઓપરેશનની સફળતા કે નિષ્ફળતા તે સર્જનની જવાબદારી ગણવામાં આવી છે. માટે જ ઓપરશન કરવાનું અંતિમ પરિણામ શું આવશે, તે તેણે દર્દીનું ઓપરેશન કરતાં પહેલાં જાણી લેવું જોઈએ.

સારવારના પરિણામોનો અભ્યાસ ડોકટરો કરતા સર્જનો વધુ કરે છે. ડોક્ટર જાણે છે કે જો તે દર્દીની જે સારવાર કરે છે તે સારવાર દર્દીને કદાચ સાજો ન કરે તો પણ નુકસાનકારક નહીં હોય. પણ સર્જન જાણે છે કે તે જે ઓપરેશન કરવાનો છે તે દર્દીને સાજો કરી શકે છે, અથવા તો તેની હાલત વધુ ખરાબ કરી શકે છે. એક માસ્ટર સર્જન એવો નિષ્ણાત છે કે જે આખી પરિસ્થિતિને સમજી શકે છે. અમારા એક પ્રોફેસરે કહ્યું હતું કે તેને ઓપરેશન કરવાનું શીખવામાં દસ વર્ષ લાગ્યાં હતા, અને દર્દીઓના કેસના ઇતિહાસને ફરીથી વાંચીને, નમૂનાની ફરીથી તપાસ કરીને, અને સ્લાઈડ્સના ફરીથી

માઈક્રોસ્કોપીક અભ્યાસ કરીને ક્યારે ઓપરેશન ન કરવું, તે શીખવામાં ચાલીસ વર્ષ લાગ્યાં હતા. વીતેલા વર્ષોના કિસ્સાઓના અભ્યાસથી સર્જનના જ્ઞાનમાં વધારો થાય છે. તે નવા દર્દીનો અભ્યાસ કરવા કરતા પણ તે વધુ સારું છે કારણ કે પસાર થતા વર્ષોમાં વધુ શાણપણ આવ્યું હોય છે.

બધા દર્દીઓને ઓપરેશનની જરૂર હોતી નથી. જયારે કોઈ સર્જન દવાઓ આપે છે, ત્યારે તે ડોક્ટર જેવો થઇ જાય છે. જયારે નવી દવા બજારમાં આવે છે ત્યારે ઘણા ડોકટરો માને છે કે તે ઉપયોગી છે, અને તેનો ઉપયોગ કરે છે. પણ વર્ષો પછી તે દવાના ફાયદા ઓછા થતા જાય છે અને નવી દવાઓ રજુ કરવામાં આવે છે અને એવા દાવા કરવામાં આવે છે કે તે જૂની દવાઓ કરતાં વધુ સારી છે. ડોક્ટરોએ જાતે જ નિરીક્ષણ દ્વારા આવા દાવાઓની ચકાસણી કરવી જોઈએ.

મેં લખેલા પુસ્તકોની તૈયારી કરવા માટે દર્દીઓ પાસેથી મેળવેલી માહિતીઓ અને સામગ્રીઓનો ઉપયોગ કર્યો છે. ગોઈટર્સ અને પેરીટોનિયમ પર લખેલા પુસ્તક ઉપરાંત મેં થાઈરોઈડ ગ્રંથીના રોગ વિષે એક પુસ્તક, ઓછી શાસ્ત્રક્રિયા પર એક પુસ્તક અને કલીનીકલ સર્જરી પર બે ભાગમાં એક પુસ્તક લખ્યું છે.

મેં સર્જિકલ પેથોલોજિ પરના અભ્યાસકાર્ય દરમ્યાન એકઠી કરેલી મારી સર્જિકલ સામગ્રીનો ઉપયોગ એક પુસ્તક લખવામાં કર્યો અને તે દળદાર ગ્રંથ દસ ભાગમાં પ્રકાશિત થયો.

આ સમગ્ર પ્રકરણમાં શાસ્ત્રક્રિયામાં પોસ્ટ ગ્રેજ્યુએટ કાર્ય વિષે ના મારા વિચારોનું વર્ણન છે. મેં જેમ પહેલાં કહ્યું તેમ મેં જે લખ્યું છે એટલા માટે લખ્યું છે કે તેથી મને સંતોષ થાય છે.

*****

પ્રકરણ ૯મું

તે સમયે ગ્રામ્યપ્રદેશના ડોકટરો ઘેરઘેર જઈને શાસ્ત્રક્રિયા કરતા, જેને કિચન સર્જરી કહેવામાં આવતી. આપણે તે અગ્રેસર ડોકટરો પાસેથી સર્જરીના પાઠ શીખવા પડે કે જેણે ખૂબ જ પ્રતિકુળ પરીસ્થિતિમાં ઉત્તમ કામગીરી કરી હતી. મેં ખૂબ જ સારી હોસ્પિટલોમાં ઘણાં વર્ષો સુધી કામ કર્યું છે, છતાં મારા શ્રેષ્ઠ સર્જિકલ ઓપરેશનો સૌથી ખરાબ સંજોગોમાં રસોડામાં કરવામાં આવ્યા છે. રસોડાની શાસ્ત્રક્રિયા સારી સારી રીતે કરવા માટે બે બાબતો જરૂરી છે: એક સક્ષમ સર્જન અને દર્દી.

રસોડામાં સર્જનને ઘણા ઓછા સાધનો સાથે કામ કરવું પડતું હતું, પરંતુ તે જાણતો હતો કે તેને ઓપરેશન કરવા માટેની પ્રાથમિક આવશ્યકતાઓ શું છે અને તેનો ઉપયોગ કેવી રીતે કરવો. જયારે હું મારા ગ્રામ્ય પ્રદેશની પ્રેક્ટિસ કરતો હતો ત્યારે મેં કાળજીપૂર્વક બે સમસ્યાઓનો અભ્યાસ કર્યો હતો. આ બે સમસ્યાઓ હાથને જંતુમુક્ત કરવાની પ્રક્રિયા અને શ્વાસ લેવાની ક્રિયાના કારણે લાગતો ચેપ હતી. હાથને જંતુમુક્ત કરવા માટે મેં ઉપયોગમાં લેવાતી પદ્ધતિઓનું અનુસરણ કર્યું. લાંબા સમય સુધી હાથ ધોવા, પછી હાથને રાસાયણિક દ્રાવણમાં બોળી દેવા. મને લાગ્યું નહીં કે હાથ ધોવાની હાથની અવધિ લાંબી ધોવાની ત્વચાને જંતુમુક્ત બનાવવા પર મોટો પ્રભાવ ધરાવે છે. મેં એક વાર એક હંમેશા નાનામાં નાની વાતમાં સાવચેતી લેતા સર્જનને ચાલીસ મિનિટ સુધી તેના હાથ ધોવા છતાં તેના દર્દીના ગંભીર ઘાને ચેપ લાગતો જોયો છે. તે વખતે નાનામોટા ઓપરેશન કરવા માટે સર્જનને બે કલાકની આવશ્યકતા રહેતી.

મને અનુભવે એ જાણવા મળ્યું છે કે હાથ ધોતી વખતે નખની વધારે પડતી સફાઈ ફાયદો કરવા કરતાં વધુ નુકસાન પહોંચાડે છે. દરરોજ સવારે નાખ સાફ કરવા તે પુરતું હતું. હાથ માટેના રાસાયણિક દ્રાવણો નો ઉપયોગ બંધ કરવામાં આવ્યો છે. હવે સર્જન રબ્બરના હાથમોજા પહેરે છે અને તેથી હાથને જંતુમુક્ત કરવાની જરૂરિયાતને ઓછી રહે છે.

સર્જનોના શ્વાસથી ઘાના ચેપને રોકવા માટે માસ્ક પહેરવાનું સમર્થન કરે છે. મેં આનો પણ સંપૂર્ણ અભ્યાસ કર્યો છે. પરંતુ મને જાણવા મળ્યું છે કે માસ્ક દ્વારા મારા શ્વાસમાંથી જે બેક્ટેરિયા આવ્યા છે અને જ્યારે મેં માસ્ક પહેર્યું ન હતું ત્યારે મારા મોંમાં રહેલા બેક્ટેરિયાની માત્રામાં કોઈ ફરક નહોતો. હું ઓપરેશન કરતી વખતે મોં બંધ રાખવાનું પસંદ કરું છું. આમ કરવાથી માસ્કનો ઉપયોગ બિનજરુરી થઈ જાય છે. ઓપરેશન જ્યાં કરવાનું છે તેની આસપાસ શરીર પર જીવાણુંમુક્ત કપડા મૂકવાથી દર્દી પર સારી છાપ પડે છે, પરંતુ તે જરુરી નથી. જો ડોક્ટર તેના સાધનોને દર્દીને ઓપરેશન જ્યાં કરવાનું છે તેની આસપાસના શરીરની ત્વચાથી દૂર રાખે છે, તો ત્યાં જંતુરહિત કાપડની જરુર નથી. સર્જને શસ્ત્રક્રિયા કર્યા પછી તેણે ઉપયોગમાં લીધેલા ઉપકરણોને ડિશપેનમાં મૂકવા જોઈએ. તે સમયે રસોડાની શસ્ત્રક્રિયામાં બધા ડોક્ટરો ખૂબ ઓછા સાધનોનો ઉપયોગ કરતા હતા. તેમની પાસે ન તો તે દર્દીને ઢાંકવા કે જખમોના ચેપને રોકવા માટે માટે જંતુરહિત કપડા હતા. તે સર્જનો ઓપરેશન કરતા પહેલા ચોવીસ કલાક દરમ્યાન ચેપી લાગે તેવી કોઈપણ સામગ્રીને સ્પર્શ કરતા નહોતા.

ઓપરેશન દરમ્યાન લાગતા ચેપને અટકાવવા માટેનું સહુથી મોટું પરિબળ હોય તો એ સર્જનની ગતિ, ચોકસાઈ અને કુશળતા છે. આમ કહેવાનો અર્થ એ કે હવાના લાંબા સંપર્કમાં ન આવવાના કારણે શરીરની પેશીઓને હાની પહોંચશે નહીં. જયારે ઘા ખુલ્લા રહે છે ત્યારે બેક્ટેરિયામાં વૃદ્ધિ થવાની તક હોય છે, તેથી જો ઘા ખુલ્લો રહે તો પછી પેશી તરત જ ઉપચાર માટે શ્રેષ્ઠ સ્થિતિમાં રહેતી નથી.

કોઈ પણ ઓપરેશન કરવા જે જરુરી છે, તે સ્વચ્છ ત્વચા, થોડા સ્વચ્છ સાધનો અને એક એવા સર્જન; કે જે જાણે છે કે તેણે શું કરવાનું છે.

કિચન સર્જરીના કેટલાક ગેરફાયદા હતા. મોટા ભાગે ડોક્ટરને તેના દર્દી સુધી પહોંચવા માટે લાંબા અંતરની કંટાળાજનક મુસાફરી કરવી પડતી હતી. તેથી તેને લાંબી કંટાળાજનક મુસાફરી પછી મુશ્કેલ ઓપરેશન શરુ કરતા પહેલા આરામ કરવો પડતો હતો. પરંતુ પહેલાના ગ્રામ્ય પ્રદેશનો ડોક્ટર એક એવી મજબૂત પ્રકારની વ્યક્તિ હતી, કે જે થાકી જવા છતાં પણ સારુ ઓપરેશન કરી શકતી હતી.ઘણી વાર

એક ડોક્ટરે દર્દીને તેના ઓપરેશન માટે તૈયાર કરવા માટે સમજાવવો પડતો હતો, અને તે પછી તેના ઉપકરણો ઓપરેશન શરુ કરે તે પહેલા ગોઠવવા પડતા હતા.

એક સારા એનેસ્થેટીસ્ટને શોધવો તે એક મોટી સમસ્યા હતી. એક સર્જન માટે અડધી ઊંઘમાં હોય તેવા દર્દીનું ઓપરેશન કરવું તે ન ગમે તેવું કાર્ય હોય છે. સામાન્ય રીતે કોઈ ડોક્ટર એનેસ્થેશિયા આપે છે અને આમાંના કેટલાક માણસો તે કામમાં નિષ્ણાંત હતા. ઉત્તરની તબીબી શાળાઓમાં તાલીમ પામેલા ડોક્ટરો ક્લોરોફોર્મનો ઉપયોગ કરવાનું પસંદ કરતા હતા. જયારેપણ કોઈ સહાયક તે એનેસ્થેશિયાનો ઉપયોગ કરતો ત્યારે હું ડરતો હતો. તે સમયે ઈથરનો ઉપયોગ પણ કોઈ ખાસ કુશળતા વિના કરવામાં આવતો હતો. કેટલીકવાર એક બિનઅનુભવી એનેસ્થેશીયનને દર્દીને બેહોશ કરવા માટે એક કલાકની જરૂર પડે છે. સહાયકોનો અભાવ તે મારા માટે કોઈ સમસ્યા નહોતી. હું રસોડામાં એકલો જ ઓપરેશન કરવાનો હોવાથી હું મારા સાધનોને જ્યાંથી હું સહેલાઈથી લઈ શકું ત્યાં રાખી દેતો હતો. જ્યારે હું એક સાધનનો ઉપયોગ કરવા માટે તેને ડીશપેનમાંથી બહાર કાઢતો, ત્યારે જ્યારે તેનું કામ પૂરુ થઈ જતું કે તેને તે જ જગ્યાએ પેનમાં પાછું મૂકી દેતો. તે વખતે ત્યાં કોઈ નર્સ કે અન્ય સહાયક તે સાધનોને લઈ, સ્વચ્છ કરી અને અન્ય સ્થાને મુકવા માટે સાથે રહેતા નહોતા.

અને જો ગ્રામ્ય પ્રદેશમાં કોઈ સહાયક મળે તો દરેક ઓપરેશન વખતે એક નવી સમસ્યાનો સામનો કરવો પડતો. કારણ કે અમે એકબીજાથી અજાણ્યા હોઈ શકીએ અને મને તેની કુશળતા અંગે ખાતરી ન હોય. જ્યારે મને કોઈ માણસની ઉપયોગિતા પર શંકા હોય ત્યારે હું તેને તેના રબરના ગ્લોવ્સ પહેરવાનું કહેતો અને જ્યાં સુધી તે એમ કરે ત્યાં સુધીમાં તો મેં ઓપરેશન પૂર્ણ કરી દીધું હોય તેવું બનતું.

પડોશમાં એક ઓપરેશન થવાનું હોય તે એક જાહેર ઘટના હતી. ગામના અખબારમાં જાહેરાત થતી કે સ્થાનિક ડોક્ટર શ્રીમતી એક્સ પર ઓપરેશન કરવાના છે. તેમનું ઓપરેશન કરનારા સર્જનનો પણ આર્ટિકલમાં ઉલ્લેખ કરવામાં આવતો. કેટલીકવાર ગ્રામ્ય પ્રદેશના સ્થાનિક ડોક્ટરો ઓપરેશન કરવા માટે આવનાર ડોક્ટર માટે સારા સહાયકો હતા, અને કેટલીકવાર મને મદદ કરવા માટે તાલીમબધ્ધ નર્સ પણ ઉપલબ્ધ હતી. સહાયકો કરતા નર્સો વધુ સારી પડે છે. તેમનો એકમાત્ર વિચાર

ડોક્ટરને મદદ કરવાનો હોય છે. ગ્રામ્ય પ્રદેશના કેટલાક ડોકટરો સારા નિદાનકારો સાબિત થયા હતા.આવા લોકો દર્દીની કાળજીપૂર્વક તપાસ કરી અને યોગ્ય નિદાન કરી શકતા એટલે તેના પર સર્જન નિર્ભર થઈ શકતા હતા.

કિચન સર્જને સહુથી પહેલા તો જે રોગનું ઓપરેશન કરવાનું હોય છે તેનું ભલે સ્થાનિક ડોકટરે કે કન્સલ્ટીંગ સર્જને તેનું નિદાન કર્યું હોય તો પણ તેણે ફરીથી નિદાન કરવાનું કરવાનું હોય છે. આમ કરવાથી તેને ઓપરેશન કેવી રીતે કરવું તેનું આયોજન કરવામાં મદદ મળી રહે છે. તે માટે તે દર્દીની કેસ હિસ્ટ્રી જુએ છે અને તેનું શારીરિક પરીક્ષણ કરે છે. હું હમેશા મારી સાથે મારું ફોલ્ડીંગ માઈક્રોસ્કોપ મારી સાથે રાખતો. જો કે તેનો ઉપયોગ કરવાની મને ભાગ્યેજ જરૂર પડી હતી. ઘણીવાર સર્જન તેના દર્દી સામે પહેલી વાર જુએ કે તેન દર્દીના રોગ નું નિદાન કરી લેતા હતા. કેટલાક બીજા કેસમાં દર્દીનું નિદાન કરવામાં એક કલાક થી વધારે સમય લાગી જતો.

કિચન સર્જરી માત્ર ગંભીર રોગો પુરતી મર્યાદિત નહોતી. મોટાભાગના દર્દીઓ લાંબો પ્રવાસ કરી અને હોસ્પિટલ જવાના બદલે તેમના ઘરોમાં ઓપરેશન કરાવવાનું પસંદ કરતાં હતા. તેઓ વિચારથી જવાના હોસ્પિટલમાં જ ડરી જતા હતા અને તેઓને એમ લાગતું કે તેઓ કદી સ્વસ્થ થશે નહીં.

તે દિવસોમાં મોટાભાગના દર્દીઓ ડોક્ટરની હોસ્પીટલમાં જવાની સલાહની અવગણના કરતા અને જ્યાં સુધી કિચન સર્જન ઓપરેશન કરવા માટે ઘેર ન આવે ત્યાં સુધી વધુ પડતી લાંબી વાટ જોતા. અને તેના કારણે ઘણીવાર ઓપરેશનમાં નિષ્ફળતા મળતી. દર્દીઓ પોતાના ઘેર ઓપરેશન કરાવવાનું સ્વેચ્છાએ પસંદ કરતા અને તેથી તેઓ જરૂરી ઓપરેશન વહેલું પણ કરાવી લેતા. આમ થવાથી હોસ્પીટલમાં કરવામાં આવતા ઓપરેશન કરતા ઘેર કરવામાં આવતા ઓપરેશનમાં મૃત્યુ પ્રમાણ ઓછું રહેતું અને તેથી કિચન સર્જરી લોકપ્રિય થઇ હતી.

દર્દીને પોતાનું ઓપરેશન કરાવવા માટે જે ડર લાગે છે તે એક હાનીકારક પરિબળ તરીકે ગણાયું છે. હું હંમેશા ગભરાયેલા દર્દીનું ઓપરેશન કરવાનો ઇનકાર કરું છું. ઘણી વાર જે દર્દીઓને એમ લાગે છે કે ઓપરેશન દરમ્યાન તેમનું મૃત્યુ થશે, તેઓ ફરીથી સાજા થતા નથી. આવા કેસોમાં મૃત્યુના કારણની ખબર પડતી નથી, અને મને લાગે છે કે તેઓ ખરેખર મૃત્યુથી ડરતા હતા.

દરેક ક્રિયન ઓપરેશન અલગ હતું. કોઈ પણ કેસની સારવાર રોગની પ્રકૃતિ, ઉપલબ્ધ સાધનો અને સ્થાનિક ડોક્ટરની કુશળતા પર આધારિત હોય છે. દાખલા તરીકે, જો સર્જન દર્દીને પિત્તાશય રોગ થયાનું નિદાન કરે તો ક્રિયન સર્જરીમાં તે પીતાશય ખાલી કરી નાખશે, પણ જો તે હોસ્પિટલમાં ઓપરેશન કરતો હોત તો તેણે પીતાશયને કાઢી નાખ્યું હોત. આ પ્રકારના કેસોમાં સર્જન હંમેશાં સ્વીકૃત તબીબી પ્રથાનું પાલન કરતો નથી હોતો, કારણ કે તે સલામત રીતે જે કંઈ કરી શકે છે તેની મર્યાદાઓમાં રહે છે.

તબીબી પરીક્ષણ થઈ ગયા પછી વાઢકાપના સાધનોને ઉકળવા માટે તપેલીમાં મૂકી સર્જન દર્દી તરફ પાછો ફરી અને ફરી એક વાર કેસ હિસ્ટ્રી અને અન્ય પરિક્ષણો પર નજર કરી અને તે પછી ડોકટર દર્દી સાથે વાત કરે છે. દર્દીને જો ઓપરેશનનો ભય હોય તો તે દૂર કરવાની આ તક છે. એક વાર જ્યારે મારા સાધનો ઉકાળવામાં આવતા હતા ત્યારે એક મહિલા પિયાનો વગાડતી હતી અને બીજી એક મહિલા મારા માટે ગાતી હતી. જે કદાચ તેના ડોક્ટર સાથે બદલો લેવાનો તેનો વિચાર હોઈ શકે. કેટલીક વાર સારા સ્વભાવવાળા દર્દીઓ છરીની ધાર કાઢવાના ઓજાર સાથે આવે છે અને મારા "વાઢકાપના સાધનોની" ધાર કાઢી આપવાની ઓફર કરે છે.

કેટલાક કિસ્સાઓમાં દર્દીને શોધી કાઢવાનું જરૂરી બની ગયું હતું. મને એક એવો માણસ યાદ આવે છે કે જેણે મને તેનું ઓપરેશન કરવા માટે મને બોલાવ્યો હતો. તે એક ડિલિવરી વેગન ચલાવતો હતો અને જે દિવસે હું ઓપરેશન માટે પહોંચ્યો તે દિવસે તે કોલસા પહોંચાડવામાં વ્યસ્ત હતો. તેની ફરજ પૂરી ન થાય ત્યાં સુધી મારે તેની રાહ જોવી પડી. પણ કેટલાક કિસ્સાઓમાં દર્દીઓ ભાગી છૂટ્યા હતા અને કોઈ ઓપરેશન થયું ન હતું.

જ્યારે કોઈ ઓપરેશન કોઈ ઘરમાં કરવામાં આવતું હતું, ત્યારે ઘરમાં સર્જન આવે તે પહેલાં તૈયારીઓ કરવામાં આવતી હતી. પૂરતા હવા ઉજાસ વાળો ઓરડો પસંદ કરવામાં આવતો હતો. તે ઓરડાનું તમામ ફર્નિચર અને બધા ચિત્રો કાઢી નાખવામાં આવતા હતા અને ભોંય તળિયું અને દિવાલો ધોઈ નાખવામાં આવતી હતી. જિજ્ઞાસુ પડોશીઓને ઓપરેશન જોતા અટકાવવા માટે બારીની આજુબાજુ પાટિયા ખીલીઓ મારીને જડી દેવામાં આવતા હતા. ત્યારબાદ એક કલાક સુધી કેટલાક

તપેલાઓમાં પાણી ગરમ કરવામાં આવતું હતું. કેટલાક ડોકટરો પાસે ફોલ્ડીંગ ટેબલ હતા, જેનો તેઓ દર્દીના ઘેર ઓપરેશન દરમ્યાન સાધનો વ્યવસ્થિત મુકવા માટે ઉપયોગ કરતા હતા.

આ તૈયારીઓ હોસ્પિટલના ઓપરેટિંગ રૂમની નકલ હતી. હું પાણીનો સારી રીતે ઉપયોગ કરવો તે સલામત માનતો હતો અને હું એવા રૂમમાં કામ કરવાનું પસંદ કરતો હતો કે જ્યાં કંઈપણ ખલેલ પહોંચાડે તેવું ન હોય. જેવા સર્જન પહોંચ્યે કે તરત જ પોર્ટેબલ ટેબલ ગોઠવી દેવામાં આવતું હતું. મારી સાથે હોસ્પિટલ લીનન અને સર્જન અને તેના સહાયક માટે પહેરવાનો ઝભ્ભો લઈ જતો હતો. સર્જરીના સાધનો ઉકાળ્યા પછી, તેમને ડિશપેનમાંથી કાઢી અને ટેબલ પર મુકવામાં આવતા. ઓટોમોબાઈલ્સનો ઉપયોગ શરુ થયા પછી કારને જે રૂમમાં ઓપરેશન કરવાનું હોય તે રૂમની બારી તરફ ચલાવવામાં આવતી હતી અને તેની હેડ લાઈટસ ચાલુ કરવામાં આવતી. પરિવારનો એક સભ્ય કે મિત્ર અરીસો પકડી રાખતો હતો અને તે પ્રકાશને ઓપરેશનની દિશામાં પરાવર્તિત કરતો હતો. તે વખતે આનાથી વધુ સારો પ્રકાશનો બીજો કોઈ સ્રોત નહોતો. જો કે જો આ મિત્ર બેહોશ થઈ જાય તો બીજો મદદગાર મળવો પડતો હતો. મેં હમેશા આવી કામગીરી માટે સ્ત્રીઓને પ્રાધાન્ય આપ્યું હતું. કારણકે સ્ત્રીઓ લોહી કે બીજું એવું કંઈ જુએ તો તેણીને ભાગ્યે જ ચક્કર આવી જતા. એક સ્ત્રી તેણીને ચક્કર આવવાનો ઢોંગ કરી શકે, પરંતુ તેઓ ખરેખર ક્યારેય બેહોશ થઈ શકતી નથી.

ઘણા ગરીબ ઘરોમાં ઓપરેશન માટેની આવી વ્યવસ્થા થઈ શકતી નહોતી. મારી પાસે થોડા સાધનો સિવાય કંઈ નહોતું. અરે પુરતું કાપડ પણ નહોતું. ઘણીવાર ઓપરેશન માટે જો કોઈ ટેબલ ઉપલબ્ધ ન હોય તો ઘરનો એક દરવાજો કાઢી અને ટેકો લેવા માટે તેને બે ખોખા પર મૂકી અને કામ ચલાવ્યું હતું.

કેટલીક વાર ઓપરેશન સમયે દર્દીના શરીર પર બહુ ઓછા કપડા હોય તેવું પણ બનતું. જો ઓરડો ઠંડો હોય તો દર્દીનું પેન્ટ તેને પહેરાવી રાખવું પડતું હતું. કારણકે તેની પથારીની ચાદર કરતા તેનું પેન્ટ વધુ સ્વચ્છ હોય તેવું બનતું. અને તે સમયે મોટાભાગના ઘરોમાં પીછાઓથી ભરેલી પથારીઓ રાખવામાં આવતી. તેને ઓપરેશન ટેબલ પર પીંછું અનુકુળ આવે તેવી વસ્તુ નહોતી.

દર્દીના ઘેર કિચન સર્જરી કરવા માટે કરવામાં આવતી વ્યવસ્થાઓ ઘણી સરળ રહેતી. મેં દર્દીને તેની પથારીના છેક છેડા સુધી ખેંચીને તેના ઘણાબધા ગુમડા નીચોવી નાખ્યા છે. કેટલાય કેસમાં મેં કોઈ આસીસ્ટન્ટ ની મદદ વિના કે સ્વચ્છ લીનન ન મળ્યું હોય તો પણ ઓપરેશન કર્યા છે. તેવા કેસોમાં મૃત્યુ દર હોસ્પીટલમાં કોઈ અણઆવડત વાળા સર્જનના હાથે થયેલા તેની અણ આવડતના કારણે ફેલાયેલા ચેપ થી થયેલા મૃત્યુઓ કરતા વધારે નહોતો રહેતો.

ઓપરેશન પૂર્ણ થયા પછી ઘાની પાટાપીંડી કરવામાં આવતી અને સર્જન દર્દીની સંભાળ માટે સૂચનો આપતો હતો. પણ ઘણી વખત સ્થાનિક ડોક્ટર સર્જનના આદેશોની અવગણના કરતા. જો દર્દી ફરિયાદ કરે કે ઘા પર કરેલી પાટાપીંડીથી તેને પીડા થાય છે, તો સ્થાનિક ડોક્ટર તે કાઢી નાખતા. કેટલાક કિસ્સાઓમાં ઘા ખુલ્લો થઈ જતો અને સર્જનને બહાર આવી ગયેલા આંતરડા ફરીથી પેટમાં નાખવાની ઉતાવળ કરવી પડતી. જ્યારે આવું થતું ત્યારે હું ત્યારે હું મેડિકલ ડ્રેસિંગથી આખા ઘાના વિસ્તારને આવરી લેતો અને મોટેથી જાહેરાત કરતો, "આ ડ્રેસિંગને એક અઠવાડિયા સુધી કોઈએ અડવાનું નથી".

જ્યારે ઘામાંથી ડ્રેનેજ કરવું જરૂરી હોય ત્યારે રબરની નળી અથવા તબીબી કાપડનો ટુકડો ઉપયોગમાં લેવામાં આવતો હતો. અહીં ફરીથી એક સ્થાનિક ડોક્ટર, દર્દીની સાજા થવાની પ્રક્રિયામાં થયેલી પ્રગતિ વિષે ઉત્સુકતાવશ ડ્રેઈનને દૂર કરી શકે છે. જો ચેપ ફેલાયો તો આવી બેદરકારીથી મૃત્યુ થવાના દાખલા બનતા હતા. કેટલીક વાર ડ્રેઈનને ઘામાં અઠવાડિયા સુધી રહેવાની દેવામાં આવતું હતું, પણ ક્યારેક તે કાયમી ધોરણે રાખી મુકવું પડતું.

મેં હોસ્પિટલોમાં કે કિચન સર્જરીમાં જે શ્રેષ્ઠ કામ કર્યું હતું, તે મારી યુવાનીમાં કર્યું હતું. મને એક કેસ યાદ આવે છે. મને એક વાર ગ્રામ્ય પ્રદેશના એક વૃદ્ધ ડોક્ટરે બોલાવ્યો હતો. જ્યારે નું તેના ઘેર પહોંચ્યો ત્યારે તેણે મને કહ્યું કે તેમની પુત્રી નવ મહિનાથી બીમાર હતી અને જો તેની યોગ્ય સારવાર કરવામાં નહીં આવે તો તે મૃત્યુ પામશે. તે સમયના બે પ્રખ્યાત ડોક્ટરોએ તેની પુત્રીની તપાસ કરી હતી અને એવો દાવો કર્યો હતો કે તેને કંઈ બીમારી હોય તેવું લાગ્યું નથી.

જ્યારે મેં તેની તપાસ કરી ત્યારે મને ખભાની ધારે ટોચ પર એક એવી જગ્યા મળી કે જ્યાંથી અસ્થમાના વૃદ્ધ દર્દી જેવો અવાજ સંભળાયો. તે દિવસે મેં આખી રાત ડોક્ટરના પરિવાર સાથે વિતાવી, અને આ છોકરીના કિસ્સામાં આવતી સમસ્યાઓનો અભ્યાસ કર્યો અને દિવસ દરમ્યાન હું એક નિષ્કર્ષ પર પહોંચ્યો કે તે છોકરીના ફેફસામાં ગાંઠ હતી.

મેં વૃદ્ધ ડોક્ટરને મારું નિદાન જણાવ્યું અને તેમણે મને વિનંતી કરી કે જે મને શ્રેષ્ઠ લાગે છે તે કરવું. છોકરીને એક સામાન્ય એનેસ્થેસિયા આપવામાં આવ્યું હતું અને તે પછી થોડો ભાગ કાઢી નાખ્યો અને ફેફસાંને છાતીની દિવાલના છિદ્ર પાસે સીવી લીધું. તે પછી જે જગ્યાએ ગાંઠ હોવાની ખાતરી હતી ત્યાં સુધી લાંબી સોય પસાર કરી, ફેફસાની મધ્યમાં એક જાડા સખત વિસ્તારને શોધી કાઢ્યો. જો કે મેં હજુ સાબિત કર્યું નહોતું કે ત્યાં એક ગાંઠ હતી. મને ક્યાંયથી પરુ પણ મળ્યું નહીં. તે પછી મેં એક સ્લાઈડ બનાવી કે જેમાંથી મને ચેપ હોવાની ખાતરી થઈ. તે દર્દીને થોડા દિવસ માટે છોડી દીધી. તે પછી જ્યારે હું પાછો ફર્યો ત્યારે મેં ફેફસાના ચેપગ્રસ્ત ભાગમાં એક નળી મૂકી. તેના દસ દિવસ પછી તે વૃદ્ધ ડોક્ટરે જાણ કરી કે ટ્યુબ મુક્તપણે પરુનું ડ્રેઈન કરે છે. એક વર્ષ પછી મેં તે છોકરીની મુલાકાત લીધી. તેની તબિયત સંપૂર્ણપણે સારી થઈ ગઈ હતી. તે છોકરીની સારવાર કરવામાં મેં લગભગ એક હજાર માઈલની મુસાફરી કરી હતી, તેમ છતાં મેં કરેલા તે દરેક પ્રયત્નોનું મૂલ્ય હતું. આવી સફળતાથી મારામાં આત્મવિશ્વાસ વધ્યો, કેમ કે હું જાણતો હતો કે મેં એક એવા દર્દીને બચાવી લીધો હતો કે જેની બે પ્રખ્યાત સર્જનો દ્વારા સારવાર કરવાનો ઈનકાર કરવામાં આવ્યો હતો.

મારું બીજું ઓપરેશન કંઈક મજેદાર હતું. મને એકવાર અસ્થમાના દર્દીને જોવા માટે બોલાવવામાં આવ્યો હતો. મેં તેને પથારીમાંથી બેઠો થઈ અને શ્વાસ લેતા જોયો. મને એક નજરે ખબર પડી ગઈ કે તેની મુશ્કેલી અસ્થમાના કારણે નથી થઈ. ટૂંકી તપાસમાં છાતીમાં ઊંડે છુપાયેલું એક ગોઈટર ધ્યાનમાં આવ્યું, તેના ઘરમાં કોઈ ખાસ રાચરચીલું નહોતું. તેના ઘરમાંથી મેં બે બેરલ શોધી કાઢ્યા. તેને મેં વાડામાં એક સફરજનના ઝાડ નીચે મુક્યા પછી મેં રસોડાનો દરવાજો કાઢી નાખ્યો અને તેને બેરલ પર મૂક્યો. એક ખોખાને ઈન્સ્ટ્રુમેન્ટ ટેબલ તરીકે કામમાં લીધું અને બીજા ખોખા પર મારી બેઠક જમાવી. દર્દીને એનેસ્થેશિયા આપવામાં આવ્યુ અને મેં ઓપરેશન કરવાની

તૈયારી કરી લીધી. નાના દડાના આકારના સખત ગોઈટરને શોધી કાઢ્યા પછી તે દર્દીની છાતીમાંથી તેને દૂર કરવા માટે મારી પાસે કોઈ સાધન નહોતું. જયારે હું ઉભી થયેલી પરિસ્થિતિ વિષે વિચાર કરતો બેઠો ત્યારે મને વાંચેલું યાદ આવ્યું કે દર્દીની છાતીમાંથી ગોઈટરને ઉધરસથી બહાર કાઢી શકાય છે. તેથી મેં મારા દર્દીને ને જાગૃત કર્યો અને તેને ઉધરસ ખાવાની સૂચના આપી. તેણે જોરથી ખાંસી ખાધી અને તે માણસની વિશાળ છાતીમાંથી ગાંઠ ગળામાં થઈને બહાર આવી. મેં તેને બંને હાથથી પકડી લીધી અને તે પછી બાકીનું ઓપરેશન સરળ હતું. સદભાગ્યે તે દિવસે ઝાડ પર કોઈ પક્ષીઓ ન હતા. અને દર્દી માનવામાં ન આવે તેટલી ઝડપથી સાજો થઈ ગયો હતો.

ગ્રામ્ય પ્રદેશના એક યુવાન ડોક્ટર તરીકે હું એક મહત્વપૂર્ણ સિદ્ધાંત શીખ્યો હતો. મારા એક દર્દીને પેરિટોનાઈટીસ હોવાથી તેનું પેટ મોટું થઈ ગયું હતું. મારા પેથોલોજીસ્ટ અને સર્જન તરીકેના મારા અનુભવના કારણે મને થયું કે આવા દર્દીઓએ ઓપરેશન કરાવ્યું હોવું જોઈએ. તેથી મેં આ માણસનો કેસ હાથ પર ન લેવાનું નક્કી કર્યું. ત્રણ મહિના પછી તે દર્દી મારી ઓફિસમાં આવ્યો અને મને પુછ્યું કે તેણે મારી સેવાઓ માટે કેટલું મહેનતાણું આપવાનું થતું હતું. મેં તેને કહ્યું કે તેણે મને કંઈ આપવાનું થતું નથી. તે પછી અમે રાત્રે જમવા માટે સાથે ગયા. તેના કેસથી મને શીખવા મળ્યું કે ઓપરેશન ક્યારે ન કરવું. આંતરડાનો સોજો તેના શરીરમાં ચેપ ફેલાવતો અટકાવી રહ્યો હતો. જો મેં તેનું ઓપરેશન કર્યું હોત તો મેં તેની પ્રાકૃતિક રીતે ચેપ અટકાવવાની પ્રક્રિયાને જ તેમ કરતા અટકાવી દીધી હોત.

એક વાર આંતરડાના બ્લોક માટે ઓપરેશન કરતી વખતે મને સૌથી વધારે ડર લાગ્યો હતો. ઓપરેશન લગભગ સમાપ્ત થઈ ગયું હતું અને જ્યારે હું હું ઘા સીવવાની તૈયારી કરતો હતો, ત્યારે તેલનો દીવો પકડીને ઉભેલા માણસને ચક્કર આવ્યા અને તે બેભાન થઈ ગયો. તેના હાથમાંનો દીવો ફ્લોર પર પડી જતાં તૂટી ગયો હતો અનેઘરમાં બીજો દીવો નહોતો. અંધારામાં મેં ઘા બંધ કરવા માટે તેને ફોર્સેપ્સથી ભેગો કરી રાખ્યો હતો. તે સમયે સવાર થવાને લગભગ છ કલાકની વાર હતી. આ સમય ફોર્સેપ્સથી ઘાને પકડી રાખી અને બંધ કરી રાખવા માટે ઘણો બધો લાંબો સમય હતો અને તે ઉપરાંત એનેસ્થેશિયાની અસરમાંથી બહાર આવવા લાગતા દર્દી ભાનમાં આવવા લાગે એવું પણ બની શકે તેમ હતું. આવા ચિંતાજનક વિચારો મારા

મગજમાં ચાલતા હતા, ત્યાં એકાએક મીણબત્તીનો ટુકડો મળ્યો અને મેં ઘા સીવવાનું કામ પૂરું કર્યું.

મને એક વખત ખુબજ હસવું આવે તેવો અનુભવ થયો હતો. એક જાણીતા કુસ્તીબાજનું ઓપરેશન કરવું પડે તેમ હતું, પણ તે હોસ્પીટલમાં જવા તૈયાર નહોતો. પછી તેના ઘેર ઓપરેશન કરવાની વ્યવસ્થા કરવામાં આવી. એક મોટું ટેબલ તૈયાર કરવામાં આવ્યું અને તે પહેલવાનને એનેસ્થેશિયા આપવામાં આવ્યું. જેમજેમ તેના પર અનેસ્થેશિયા અસર કરતુ ગયું તમે તેમ તેના શરીરે પ્રતિકાર કરવાનું શરુ કર્યું, તે એક મજબુત બાંધાનો પહાડી માણસ હતો. તેની મારફાડ વાળી હિલચાલના કારણે ટેબલ અધવચ્ચેથી તૂટી ગયું અને તે અર્ધબેહોશીની હાલતમાં ભોંયતળિયે પટકાયો. અને જેવો તે પડ્યો કે ઉછળીને તેના બે પગ ઉપર ઉભો થઇ અને તેની નજીકની વ્યક્તિ ઉપર હુમલો કરવા માટે તૈયાર થઇ ગયો. જેવું તેણે મારી તરફ ઘસી આવવાનું શરુ કર્યું કે હું દરવાજામાં થઇને ઘરની પોર્ચમાં દોડીને પહોંચ્યો કે જમીન પર પડી ગયો. એક ક્ષણનો પણ વિલંબ કર્યા વગર મેં તે તરફ ગોળીબાર કર્યો અને પછી એક તાલીમબદ્ધ ઉંચીકુદના ખેલાડીની માફક પોર્ચની રેલીંગ ઉપરથી કુદકો મારી અને બહાર ધરતી પર આવી ગયો. મેં ગૌચરમાં ભુરાંટા થયેલા આખલાનો સામનો કર્યો હતો, પણ તે આ નશાખોર ઝનૂની લડાયક યોદ્ધા જેટલો બળવાન નહોતો. તેના ફેમીલી ડોકટરે માંડમાંડ સમજાવી અને સુવડાવ્યો અને ફરીથી તેને ઇથર આપવામાં આવ્યું. પરંતુ હું તેના ઘરની પોર્ચમાં જ્યાં સુધી તેના ભારે શ્વાસ સંભાળવા ન મળ્યા ત્યાં સુધી રાહ જોતો રહ્યો અને જ્યારે મને ખાતરી થઇ કે હવે દર્દી પુરેપુરો બેહોશ થઇ ગયો છે ત્યારે હું ઓપરેશન કરવા માટે પાછો ગયો.

મેં ફાર્મહાઉસના રસોડામાં જે મોટાભાગના ઓપરેશન કર્યા હતા, તે એવાજ પ્રકારનાં ઓપરેશન્સ હતા કે જે હું હોસ્પિટલમાં કરું છું. તે સમયે હું ડરતો નહોતો, પરંતુ હવે હું આવા સંજોગોમાં તે સમયે જે કામગીરી કરી હતી તેવી કામગીરી ફરીથી કરવા માટે સંમત થતો નથી, તેમ છતાં હું ગૌરવ અને આનંદ સાથે મારી કિચન સર્જરીની મારી યાદોને તાજી કરું છું. મેં ઘણા જીવન બચાવી લીધા અને ઘણા કાયમી મિત્રો બનાવ્યા. મોટાભાગની સફરો થકવી નાખતી હતી. પરંતુ તે બધી મુશ્કેલીઓ સફળ ઓપરેશન, સંપૂર્ણ ભોજન અને ગરમ તાપણા પર હાથ શેક્યા પછી ભુલાઈ ગઈ હતી. આ દીવસો હવે કાયમ માટે જતા રહ્યા છે. સર્જનોની નવી પેઢી ક્યારેય જાણશે નહીં કે કિચન

સર્જરી કેવી હતી. પણ તેમને એ વાત સ્વીકારવી પડશે જ કે તે સમયના લોકો માટે જે એક સારા ઓપરેશન માટે જરૂરી હતું તેમ તેઓ સારા દર્દીઓ અને સારા સર્જનો હતા.

*****

પ્રકરણ ૧૦મું

પચાસ વર્ષ પહેલાં ફક્ત મોટા શહેરોમાં જ હોસ્પિટલો હતી. ગ્રામ્યપ્રદેશના તબીબ દ્વારા ઈમરજન્સી તબીબી સારવાર આપવામાં આવી હતી. મોટાભાગના દર્દીઓના ઘરો હોસ્પિટલથી ઘણા દુર હતા અને શહેરમાં પહોંચવા માટે તેઓને ખરાબ રસ્તાઓ પર ઘણા કલાકોની મુસાફરી કરવી પડતી હતી. તે દિવસોમાં, ફેમીલી ડોક્ટરની સલાહ પર ચર્ચા કરવા અને ઓપરેશનની જરૂર છે કે કેમ તે નક્કી કરવા માટે આખો પરિવાર દર્દીની પથારી પર એકઠો થઈ જતો હતો. આવા વિલંબને કારણે અનેક લોકોના મોત થયા હતા. પરંતુ જો કોઈ હોસ્પિટલમાં કોઈ જાનહાનિ થઈ હોય તો પરિવાર અને પડોશીઓ તે હોસ્પિટલને મૃત્યુનું કારણ માનતા હતા.

જેમ જેમ રોગની સારવારમાં પ્રગતિ થતી હતી અને શસ્ત્રક્રિયા વધુ વ્યાપકપણે સ્વીકૃત બની રહી હતી, ત્યારે સમાજે હોસ્પિટલોની જરૂરિયાતને માન્યતા આપવા માંડી હતી અને આ કારણોસર તે શરૂઆતના દિવસોમાં નાની નાની હોસ્પિટલો શરૂ કરવામાં આવી હતી. જેમાં સર્જરીની જરૂર ન હોય તેવા તબીબી કેસોની ઘરમાં સારવાર કરવામાં આવતી હતી. ડોક્ટરો દર્દીની પથારી પરથી જ નમૂનાઓ લઈને સરળતાથી સરળ પરીક્ષણો કરતા થયા હતા. જો કે ડોકટરો કે દર્દીઓ નિષ્ણાત નર્સિંગના મૂલ્યને સમજતા નહોતા અને તેથી પ્રશિક્ષિત નર્સો ફક્ત મોટા શહેરોમાં જ ઉપલબ્ધ હતી. બહુ ઓછા દર્દીઓકોઈપણ રીતે શહેરની હોસ્પિટલમાં સારવાર માટે ચૂકવણી કરી શકતા હતા અને તે દિવસોમાં જો કોઈ વ્યક્તિ કોઈ સારવાર માટે પૈસા ચૂકવી ન શકે તેવી પરિસ્થિતિમાં હોય તો હોસ્પિટલો તે દર્દીને દાખલ કરવાનો ઇનકાર કરી દેતી હતી.

નાના શહેરોની હોસ્પિટલોના ઝડપી વિકાસ થવાના ઘણા પરિબળો હતા. જયારે ગ્રામ્યપ્રદેશના ડોકટરોને સમજાયું કે તેમના દર્દીઓ શહેરની હોસ્પિટલોમાં જતા રહેવાથી તેઓ આવક ગુમાવે છે, ત્યારે તેઓએ પોતાના દવાખાના અને હોસ્પિટલો બનાવવાનું શરુ કર્યું. અને છેવટે આ ખાનગી હોસ્પીટલોએ તે ડોકટરોને સમાજમાં એક ઉચ્ચ સ્થાન અપાવ્યું.

કેટલીકવાર દર્દીઓ તેમના ફેમીલી ડોક્ટરને કહ્યા સિવાય હોસ્પીટલની મુલાકાત લેવા જતા રહેતા હતા. તેમનું એવું માનવું હતું કે હોસ્પિટલ ધરાવનાર ડોક્ટરનું તબીબી જ્ઞાન અને કૌશલ્ય ઘોડાગાડીવાળા ડોક્ટર કરતા વધારે હોવું જોઈએ.

સમય જતા અમેરિકાના કોઈપણ રાજ્ય કરતા કાન્સાસમાં વધુ હોસ્પિટલો બનાવવામાં આવી. મને યાદ છે કે કાન્સાસના એક નાનકડા શહેરમાં પાંચ હોસ્પિટલો હતી. તેમ છતાં આ હોસ્પિટલો ભાગ્યેજ નફો કરતી અને ડોક્ટરને તેની ગ્રામ્ય પ્રદેશની આવકનો ઉપયોગ તેની હોસ્પિટલ ચાલુ રાખવા માટે કરવો પડતો હતો. સન્માન અને પ્રસિદ્ધિની ખૂબ જ માનવીય ઇચ્છા પણ એક એવું કારણ હતું કે જેના કારણે ડોક્ટરોએ પોતાના ક્લિનિક્સ સ્થાપિત કર્યા હતા.

મેં મારી હોસ્પિટલ શરુ કરવાનું નક્કી કર્યું કારણ કે મારી પાસે સર્જિકલ શિક્ષણ હતું. પરંતુ મારી પાસે કોઈ દર્દી નહોતા. મને ખાતરી હતી કે જો મારી પાસે હોસ્પિટલ હોય તો હું સર્જિકલ પ્રેક્ટીસ કરી શકું છું. મેં ક્યારેય એવડી મોટી સંસ્થાની સ્થાપના કરવાનો વિચાર કર્યો નહોતો કે હું તેનું સંચાલન કરવામાં જ મારું જીવન પસાર કરી શકું. મોટા શહેરમાં હું મારી સારી પ્રેક્ટીસ જમાવી શકું ત્યાં સુધી મારી આવકનો તે મુખ્ય સ્ત્રોત બનવાની હતી. પરંતુ કેટલાક નિર્ણયો ઘણીવાર અણધારી વસ્તુઓને પરિણામે થતા હોય છે. એક રાત્રે મેં એક પાર્ટીમાં મારા બાળપણના મિત્રને ભવ્ય કપડાં પહેરેલો અને નૃત્ય કરવાનો સખત પ્રયત્ન કરતો જોયો. મને અમારા શરુઆતના વર્ષોના નબળા ખેતરના છોકરાઓ તરીકેના સંઘર્ષની યાદ આવી અને ત્યારે મને યાદ આવ્યું કે હું આ જ ગ્રામ્યપ્રદેશનો વતની હતો અને મારે કાન્સાસના મહાન મધ્યમ વર્ગની સેવા કરવી જોઈએ, કારણ કે હું તેઓ પૈકીનો એક હતો.

આ સદીની શરુઆતમાં ઝડપથી વિકસી રહેલી ઘણી નાની હોસ્પિટલોએ ઘણા ઉદ્દેશ્યથી સેવા આપી છે. તે હોસ્પિટલોએ મહત્વાકાંક્ષી ડોક્ટરોને તેમનું શ્રેષ્ઠ કાર્ય કરવાની તક આપી છે, ઘણા વિશિષ્ટ સર્જનો બનાવ્યા છે અને દર્દીઓ તેમના પોતાના સમુદાયમાં, કુટુંબીઓ અને મિત્રોની નજીક અને ઓછા ખર્ચે નિષ્ણાંત તબીબી સંભાળ રાખવામાં સક્ષમ થયા છે. આ નાની હોસ્પિટલોએ ઘણાં દર્દીઓને

હોસ્પિટલોમાં દાખલ થતી વખતે થતા ભયને પહોંચી વળવામાં મદદ કરી છે અને તેના પરિણામે, દર્દીઓએ ઝડપથી સારવાર મેળવી શક્યા છે અને મૃત્યુ ઓછા થયા છે.

ઘણી ખાનગી હોસ્પિટલો ખાનગી ઘરોમાં શરૂ કરવામાં આવી હતી. કેટલીકવાર ડોક્ટર અને તેનો પરિવાર ઘરના પહેલા માળે રહેતા હતા અને તેની પત્ની પરિવાર અને હોસ્પિટલ માટે રસોઈ કરવામાં મરી ગઈ હતી. કેટલાક ડોક્ટરોએ પ્રશિક્ષિત નર્સો સાથે લગ્ન કર્યા હતા અને એમની પત્નીઓ નર્સિંગ અને રસોઈ બંને કામ કરતી હતી.

આવી હોસ્પિટલોની સામાન્ય રીતે બાર દર્દીઓની સારવાર થઈ શકે તેવી ક્ષમતા હતી. ઓપરેટિંગ રૂમ તે ઘરનો સૌથી અનિચ્છનીય ઓરડો હતો. તબીબી સાધનો અને ડ્રેસીંગ્ઝના સ્ટરીલાઈઝેશન માટે રસોડાના સ્ટોવનો ઉપયોગ કરવામાં આવતો હતો. સવારનો નાસ્તો ડોક્ટરે વહેલા એટલા માટે કરી લેવો જરૂરી હતો કે જેથી સ્ટોવને સ્ટરીલાઈઝર તરીકે વાપરી શકાય. આવી પરિસ્થિતિ હેઠળ ઓપરેશન કરવું તે ખાનગી ઘરોમાં કિચન સર્જરીના અનુભવો જેવું જ હતું.

તે સમયની હોસ્પિટલો લગભગ બાર ઓરડાઓ વાળા લાકડાના મકાનોમાં શરુ કરવામાં આવી હતી. તેમની ડીઝાઈન ખુબજ સરળ હતી અને તેમાં થોડી સગવડો હતી. મારું લાકડાનું બનેલું મકાન છત્રીસ બાય પચાસ ફૂટનું હતું અને તેમાં દસ દર્દીઓ રાખી શકાય તેટલી જગ્યા રાખવાની યોજના બનાવી હતી. મારા મકાનમાં એક ભઠ્ઠી હતી, પણ તે ક્યારેય કામ કરતી નહોતી. એક મોટી પાણીની ટાંકીને એક માણસ ભરી શકે તેવી વ્યવસ્થા કરવામાં આવી હતી અને તે ટાંકીમાંથી ઓપરેટીંગ રૂમમાં પાણી આવતું હતું.

પહેલા માળે રસોડું, ડાઈનીંગ રૂમ, બાથરૂમ અને બે બેડરૂમ હતા. ઓપરેટીંગ રૂમમાં એક ટાઈલ્સ જડેલુ ભોંયતળિયું હતું અને હું તે સુવિધા પર ખૂબ ગર્વ અનુભવતો હતો. ભોંયતળિયાની મધ્યમાં એક ગટર હતી. તે ક્યારેય યોગ્ય રીતે કામ આપતી નહોતી. પરંતુ ડ્રેઈન કરવાનો વિચાર સારો હતો. હું ઈચ્છતો હતો કે ઓપરેટિંગ રૂમનું ભોંયતળિયું દરરોજ સાબુ અને પાણીથી સાફ કરવામાં આવે અને ડ્રેઈનના ગંદા પાણીનો નિકાલ નિયમિત રીતે થતો રહે.

તે પછી અમે એક એવું સ્ટ્રીમ સ્ટરીઈલાઇઝર બનાવડાવ્યું હતું કે જેમાં અમે સાધનોને ગરમ પાણીમાં ઉકાળી નાખતા. મને તે બનાવવાનો ખર્ચ બસ્સો બે ડોલર થયો હતો અને તે હવે બનાવવામાં આવે છે તેવા કોઈપણ સ્ટરીલાઈઝર જેવું જ સારું કામ આપતું હતું. એલીવેટર માટે બિલ્ડીંગમાં એક જગ્યા હતી, પરંતુ તે ખર્ચાળ સાધનો હતું અને તે મારા માટે ભવિષ્યનું સ્વપ્ન બની રહ્યું. તે દરમિયાન, દર્દીઓ ખૂબ બીમાર હોય અને ચાલી ન શકે તો બીજા માળે ઊંચકીને લઈ જવામાં આવતા હતા.

મેં મારી હોસ્પિટલ માટે ચાર હજાર ડોલર ચૂકવવાની ગણતરી કરી હતી. તેની અસલ કિંમત છ હજાર ડોલર્સની હતી. મારી પાસે ખુબ જ નાનો સ્ટાફ હતો. એક પ્રશિક્ષિત નર્સને મહિનાના ચાલીસ ડોલર ચુકવવામાં આવતા અને રસોઈ બનાવતી અને કપડાં ધોવાવાળી બે છોકરીઓને અઠવાડિયામાં બે ડોલર નો પગાર ચુકવવામાં આવતો. એક યુવાન ડોક્ટર કે જે મારો સહાયક હતો; તેને એક માસના પચાસ ડોલર મળતા હતા અને સફાઈ કરનારને મહિનામાં પચીસ ડોલર મળતા હતા. આખા સ્ટાફ માટે માસિક પગાર એકસો ને ત્રીસ ડોલર જેટલો થતો હતો.

મેં દર્દીના ઓરડા અને નર્સિંગ કેર માટે ફક્ત ચાર ડોલરનો અને કોઈ પણ ઓપરેશન માટે વધુમાં વધુ દોઢસો ડોલરનો ચાર્જ લેવાનું નક્કી કર્યું. તે ઉપરાંત મેં સંકલ્પ કર્યો કે હું ક્યારેય સારવાર માટે અગાઉથી ડીપોઝીટ જમા કરાવવાનું કહીશ નહીં કે દર્દી મને ચૂકવી શકશે કે નહીં તે પણ પૂછીશ નહીં. મને ખાતરી છે કે કોઈ પણ ખ્રિસ્તી હોસ્પીટલ આવી પ્રથા માટે મને દોષ આપશે નહીં.

મારા અભિપ્રાયો સાથે અન્ય સારી હોસ્પિટલ સંચાલકો સહમત ન પણ હોઈ શકે, પરંતુ હું મારા લોકોને જાણતો હતો અને તેઓએ મારી સારી સેવા કરી હતી. કાન્સાસના લોકો કેટલીક વિચિત્ર વસ્તુઓ કરી શકે છે, પરંતુ તે માનનીય લોકો છે. જો કોઈ તેમની સાથે નિખાલસ થઈ અને ન્યાયપૂર્ણ રીતે વર્તે તો તેઓ તેમને નિરાશ નહીં કરે. જયારે મારા દર્દીઓએ મને કહ્યું કે તેમની પાસે પૈસા નહોતા, ત્યારે પણ મેં તેમને વચન આપ્યું હતું કે હું તેમના માટે શ્રેષ્ઠ પ્રયાસ કરીશ અને મને આશા છે કે તેઓ મારા માટે પણ આવું જ કરશે. મારા દર્દીઓમાંથી મને ઘણા ઓછા લોકોએ મને તેમના મારે લેવાના થતા પૈસા પાછા આપ્યા નહોતા.

જ્યારથી મેં મારી હોસ્પિટલ શરૂ કરી ત્યારથી મારો લાંબો, મુશ્કેલ અને હૈયું તૂટી જાય તેવો સમય શરૂ થયો. એવા સહુથી અઘરા કેસો કે જેને અન્ય સર્જનોએ લેવાની ના પાડી, તેવા લોકો મને મળવા માટે આવતા હતા. કેટલાક અકસ્માત પણ થયા હતા. એક ગંભીર ભૂલ મને યાદ આવે છે. ઓપરેશનમાં ભાગ લેતી નર્સ માટે ઓપરેશનના અંતે સ્પોન્જની ગણતરી કરવાની પ્રથા હતી. આ પ્રથા ઘામાં કોઈ સ્પોંજ રહી ન જાય તેની તકેદારી રાખવા માટે કરવામાં આવતી. એક દિવસ નર્સે સ્પોંજ ગણી અને વિચાર્યું કે જેટલી સ્પોન્જનો મેં ઓપરેશનમાં ઉપયોગ કર્યો હતો તે બધી આવી ગયી હતી. જો કે ગણતરી બરાબર હતી. તો પણ એક સ્પોંજ ઘામાં રહી ગઈ હતી. તે કમનસીબ ભૂલ પછી મેં સ્પોન્જની હંમેશા જાતેજ ગણતરી કરી અને તે પછી ફરીથી કોઈ સ્પોંજ ઘામાં રહી ગઈ નહીં અને ફરીથી આ પ્રકારનો અકસ્માત કદી થયો નહીં.

જોકે નવી હોસ્પિટલને કોઈ મોટી સફળતા મળી નહોતી. અમે ઘણા વર્ષો સુધી તેનું સંચાલન કર્યું હતું. મારી આર્થિક સમસ્યાઓ સારી નહોતી, પરંતુ તેથી પણ ખરાબ પરિસ્થિતિ સર્જાઈ. મારી તબિયત ક્યારેય સારી નહોતી રહેતી અને હું ઘણીબધી બીમારીઓથી પીડાતો હતો. મારા ડાબા હાથની આંગળી પર એક મોટી ગાંઠ થવા લાગી હતી. તેનું ટ્યુબરક્યુલોસિસનું નિદાન થયું હતું અને તેના ઓપરેશન પછી રીકવરી(સાજા થવાની પ્રક્રિયા) ઘણી ધીમી અને ખૂબ પીડાદાયક હતી. આ ઓપરેશન માંથી સાજા થવામાં મને નવ મહિના જેટલો સમય લાગ્યો. આ મુશ્કેલીથી મારા માટે ઓપરેશન કરવું અશક્ય બની ગયું હતું અને હોસ્પિટલની આવક લગભગ અદ્રશ્ય થઈ ગઈ હતી. તે પછી મને કમળો થઈ ગયો અને આ માંદગીના પગલે હું સંધિવાથી પીડાવા લાગ્યો. સંધિવા સાંધાને અસર કરતો એક ખૂબ જ પીડાદાયક રોગ છે.

પરંતુ સૌથી દુઃખદ અને મુશ્કેલ અનુભવ આવવાનો બાકી હતો. સંધિવાની બીમારીના કારણે હું કામ કરી શકતો નહોતો અને તેથી મારી આવક સંપૂર્ણપણે અદ્રશ્ય થઈ ગઈ. હવે આ પરિસ્થિતિમાં મારા લેણદારોએ મને હોસ્પિટલ પરના મારા બધા અધિકારો છોડી દેવાની ફરજ પાડતા હતા. આપણા સમાજને ઘણા વર્ષોથી મારા બધા પ્રયત્નો અને મારા કૌશલ્યથી મેં ઘણી સેવા આપી હતી અને મારે મારી હોસ્પિટલ પરના મારા બધા અધિકારો છોડી દેવાની ફરજ પડે તેમ કરવું તે મારા માટે અસહ્ય હતું. સ્વાભાવિક છે કે આપણા શહેરમાં કોઈ પણ એવું માનતુ નહોતું કે

મારાથી આ અવળી કાઠીએ બેઠેલા નસીબના દિવસો સહન થઈ શકશે. હું સંધિવામાંથી સ્વસ્થ થઈ ગયો હતો, પરંતુ હું મરી ગયો નહોતો. અને જે લોકોએ મારી સાથે અન્યાય કર્યો હતો, તેની સામેલડવાનો મેં કઠોર સંકલ્પ કર્યો હતો.

નવીનતમ માંદગીથી સ્વસ્થ થવા દરમિયાન મારા ડાબા ફેફસાંમાં ટ્યુબરક્ચ્યુલોસિસનું નિદાન થયું. મને મારા એક સારા મિત્રે દક્ષીણ પશ્ચિમમાં જવાની વિનંતી કરી. આ વિચારનો મને અમલ કરવા જેવો લાગ્યો, પરંતુ પરંતુ મારા લેણદારો સાથેની મારી લડાઈ સમાપ્ત થઈ નહોતી. મારા જીવનમાં મેં ક્યારેય હાર સ્વીકારી નથી. મારી પ્રેક્ટીસ જમાવવા માટે તે જ શહેરમાં રહીને ફરીથી પ્રારંભ કરવાનું નક્કી કર્યું. મારી તબિયતમાં સુધારો થયો અને મેં સખત મહેનત કરી. મારી મહેનત રંગ લાવી અને હું ૧૯૧૬માં સારી રીતે ડિઝાઈન કરેલી ફાયરપ્રૂફ હોસ્પિટલ બનાવવા માટે સક્ષમ થયો. જયારે તે કાર્ય સમાપ્ત થયું ત્યારે મારી પાસે એટલા બધા દર્દીઓ હતા કે તેમના માટે જગ્યા કરવા માટે મારા મકાનને ફરીથી મોટું કરવું જરૂરી હતું. મને મારું ભવિષ્ય હવે નિશ્ચિત લાગ્યું. મેં કેટલીક પીડાદાયક બીમારીઓને માત આપી હતી અને હું મારા દુશ્મનો સામેના સંઘર્ષમાં જીતી ગયો હતો.

બીમાર લોકો માટે બનાવવામાં આવેલી નવી હોસ્પિટલનું બિલ્ડિંગ ફાયરપ્રૂફ હતું. દર્દીઓની સલામતી અને સુવિધાઓ માટેની યોજના બનાવવામાં આવી. તે માટે કોઈ મોટો ખર્ચ કરવામાં આવ્યો નહોતો. હોસ્પિટલનું બિલ્ડીંગ એવી રીતે રીતે બનાવવામાં આવ્યું હતું કે જેથી તેને સરળતાથી સાફ કરી શકાય અને થોડાઘણા સમારકામની જરૂર પડે. હોસ્પિટલમાં અન્ય બે વધારાઓ કરવામાં આવ્યા હતા અને એક ઘર નર્સો માટે ઉમેરવામાં આવ્યું હતું. પણ જ્યારે આખી હોસ્પિટલ પૂર્ણ થઈ ત્યારે બસ્સો દર્દીઓ માટે જગ્યા કરવામાં આવી અને એકસો નર્સો માટે ઘર બનાવવામાં આવ્યા હતા.

રોગોના નિદાનની પદ્ધતિઓમાં ઘણાબધા પ્રયોગશાળા ઉપકરણો અને મોટા કર્મચારીઓની આવશ્યકતા હોવાથી મેં એક ક્લિનિક વિકસાવ્યું. હોસ્પિટલમાનું કોઈપણ ક્લિનિક દર્દીઓ માટે સામાન્ય તપાસ અને પરિક્ષણો માટેની એક જગ્યા છે. આ વ્યવસ્થા તમામ દર્દીઓ માટે અનુકુળ હતી. ક્લિનિક હોસ્પિટલ સાથે સંકળાયેલી હોઈ શકે છે, અથવા તો તે હોસ્પીટલથી અલગ પણ હોઈ શકે છે. મારા ક્લિનિકમાં

સામાન્ય રીતે વીસ પુરુષો અને સ્ત્રીઓનો સ્ટાફ હતો. જે દર્દીઓ ખૂબ બીમાર હતા અને ચાલી પણ નહોતા શકતા તેમને હોસ્પીટલમાં સીધા દાખલ કરવામાં આવત હતા અને ત્યારબાદ તેમને તપાસ માટે લઈ જવામાં આવતા હતા. જે દર્દીઓ ગંભીર રીતે બીમાર ન હતા, તેમની ક્લિનિકમાં પહેલા તપાસ કરવામાં આવી હતી અને ત્યારબાદ સંપૂર્ણ તપાસ અને સારવાર માટે હોસ્પિટલમાં મોકલવામાં આવતા હતા. જે દર્દીઓને હોસ્પિટલની સારવારની જરૂર નહોતી, તેમની તપાસ કરી, ત્યારબાદ સારવાર કરી અને ઘરે મોકલવામાં આવતા હતા. તેઓ વધુ પરીક્ષણો માટે ક્લિનિકમાં પાછા આવે અથવા તેમની સ્થિતિ અને રિકવરી અંગે ક્લિનિકને પત્ર દ્વારા જાણ કરે તેવી અપેક્ષા રાખવામાં આવતી હતી.

જે દર્દીઓને હોસ્પિટલમાં દાખલ કરવાની જરૂર નહોતી, તેઓના ખૂબ ઓછા ખર્ચે જરૂરી શારીરિક તપાસ અને પરીક્ષણો કરાવવામાં આવતા હતા. આ શારીરિક તપાસ અને પરીક્ષણો મોટેભાગે ખર્ચાળ સાધનોનો ઉપયોગ કરીને કરવામાં આવતા હતા અને તેમાં ઘણો સમય અને ખર્ચ કરવો જરૂરી હતો. અમારી હોસ્પિટલને આ સેવા આપવા માટે સક્ષમ બનાવવા માટે દિવસના ઓછામાં ઓછા પચાસથી સો દર્દીઓની જરૂર હતી. પરંતુ આ પ્રકારની સેવાઓનો ઉદ્દેશ એ હતો કે કોઈ પણ દર્દીને ટૂંકા સમયમાં અને ખૂબ ઓછા ખર્ચે નિષ્ણાત તબીબી અભિપ્રાય આપવામાં આવે. હોસ્પિટલ સાથેના મારા કાર્યની શરૂઆતમાં જ મેં સેવાઓના ચાર્જ નક્કી કર્યા હતા. તે એક હોસ્પિટલ ઓછામાં ઓછો જેટલો ચાર્જ કરી શકે એટલા જ હતા, તેમ છતાં ઉત્તમ તબીબી સંભાળ પ્રદાન કરવા માટે તે પૂરતા હતા. મારી હોસ્પિટલની એક વિશિષ્ટતાથી મને ખરેખર આનંદ મળ્યો છે. મારી હોસ્પિટલમાં નર્સોને શ્રેષ્ઠ તાલીમ અને સંભાળ આપવામાં આવતી હતી. મારો આદેશ હતો કે વિદ્યાર્થી નર્સોની મારા કુટુંબના સભ્યોની જેમ સુરક્ષા અને સંભાળ રાખવી જોઈએ. દર્દીઓ પાસેથી આ યુવતીઓના કૌશલ્ય અને ખુશખુશાલ રીતોની પ્રશંસા સાંભળીને આનંદ થતો. તેમની જરૂરી તાલીમનો પીરીઅડ ત્રણ વર્ષનો હતો. જ્યારે આ છોકરીઓ અમારી હોસ્પિટલમાં આવી ત્યારે તેઓ અતડી, મૂંઝાયેલી અને બિનઅનુભવી હતી. પરંતુ મને તે વાત નું ગૌરવ છે કે તે છોકરીઓનું આત્મવિશ્વાસપૂર્ણ કુશળ નર્સોમાં પરિવર્તન થયું હતું.

માં ત્રીસ વર્ષ સુધી આ હોસ્પિટલનું સંચાલન કર્યા પછી તેને વેચી નાખવાનું નક્કી કર્યું. આટલા સારા સ્ટાફના સભ્યો મળવાનું મુશ્કેલ હતું, પણ સરકારી કરવેરા વધારે પડતા હતા. મારે હોસ્પિટલને વેચી નાખવી પડે એવા કોઈ સંજોગો ઉભા થયા નહોતા, પણ હું તેના સંચાલનમાં સામેલ સંઘર્ષોથી ખૂબ જ કંટાળી ગયો હતો. હું હવે તેના માટે જવાબદાર બનવા માગતો નહોતો. ધ સિસ્ટર્સ ઓફ સેઇન્ટ જોસેફ સંસ્થાને મેં ફક્ત એક જ ડોલરમાં મારી સમગ્ર હોસ્પિટલ આપી દીધી. હોસ્પિટલ પર કોઈ દેવું નહોતું, અને સાધનો તથા ઈમારતો ઉત્તમ સ્થિતિમાં હતા. હવે આ ધાર્મિક નર્સો આપણા સમુદાયને સારી તબીબી સેવા આપી રહી છે. ગરીબો અને બીમારોને તેમની ઉદાર મદદ સુવર્ણ નિયમના સત્યમાં મારો વિશ્વાસ પુનઃસ્થાપિત કરે છે. મારા પોતાના દર્દીઓએ આ હોસ્પિટલ બનાવવા માટે પૈસા પૂરા પાડ્યા હતા, અને મેં એક સ્વપ્ન સાકાર કરવા માટે આખી જિંદગી મહેનત કરી હતી. હું હવે નિવૃત્ત થઈ શકું છું, મેં મને પોતાને ખાતરી આપી હતી કે મારા કામથી ઘણા લોકોને ફાયદો થયો છે અને મેં જે શરૂ કર્યું છે તે જીવશે.

ખાનગી હોસ્પિટલો હવે અસ્તિત્વમાં નથી. પરંતુ નાની ખાનગી હોસ્પિટલોએ લોકોને તેમની કિંમત અને મોટી જરૂરિયાત વિષે જાગૃત કરવામાં મદદ કરી. આજે, સમુદાયો હોસ્પિટલોના નિર્માણ અને સહાય માટે આપે છે. કોઈપણ જે બીમાર છે તે વિશ્વાસ સાથે હોસ્પિટલમાં જઈ શકે છે કે તે સંસ્થાના તબીબી ધોરણો ઊંચા છે અને ત્યાં દર્દીની રીકવરી માટે તમામ પ્રયાસો કરવામાં આવે છે.

મને ગર્વ અને સંતોષ અને થોડી શરમ સાથે મારી હોસ્પિટલની ઈમારત યાદ આવે છે. ગર્વ કારણ કે મેં એવા ઘણા લોકોને મદદ કરી જેઓ પાછળથી મારા સમર્પિત મિત્રો બન્યા. તે સંતોષજનક હતું, કારણ કે મને મારી આશાઓ અને આદર્શો સમજાયા હતા. પરંતુ જ્યારે મારો આટલો વિરોધ કરવામાં આવ્યો અને એક તબ્બકે નિરાશ થયો, ત્યારે મને શરમ આવી. જો મેં મારા પોતાના લોકોની આગેવાની ન લીધી હોત, તો કદાચ હું ઘણી હૃદયની પીડામાંથી બચી શક્યો હોત. તેમ છતાં જ્યારે હું અમારી પાસે થયેલા સફળ કેસ અને અમે તાલીમ પામેલી સુંદર નર્સોને યાદ કરું છું ત્યારે હું જાણું છું કે મારા પ્રયત્નો અને બલિદાનોનું ફળ મળ્યું હતું.

કોઈએ કહ્યું છે કે જીવનમાં મહત્વની વાત એ છે કે સંતુષ્ટ થઈને જાવ. સંતોષ એ વ્યક્તિગત બાબત છે. હું જે કરવાનો ઈરાદો ધરાવતો હતો તે મેં પૂર્ણ કર્યું: સમુદાયને બતાવવા માટે કે સામાન્ય રીતે પ્રેક્ટિસ કરવામાં આવતી વ્યાપારી પદ્ધતિઓ વિના એક નાની હોસ્પિટલ વિકસાવી શકાય છે.

આ ફોટોગ્રાફમાં ડો. આર્થર હર્ટ્ઝલર હોલસ્ટીડ હોસ્પિટલના મુખ્ય દરવાજે તેમના મિત્રો સાથે જોવા મળે છે.

*****

પ્રકરણ ૧૧મું

આ પહેલા માં એક પ્રકરણમાં જે દર્દી અને ડોક્ટર ઓફિસમાં મળે છે તેની ચર્ચા કરી હતી. ઓફિસમાં પણ ડોક્ટરનું કાર્ય સરખું જ રહે છે. જો કે જુદા જુદા ડોક્ટરોના દ્રષ્ટિકોણમાં અને પ્રતિભામાં તફાવત હોઈ શકે છે. તો પણ એક ડોક્ટર અને તેના વિવેકથી ઓફિસમાં ડોક્ટરને બતાવવા જવામાં આજે માણસનો ભય અદ્રશ્ય થઈ ગયો છે.

મેં વિવિધ પરિસ્થિતિઓમાં લોકોને જોયા છે અને એવું તારણ કાઢ્યું છે કે સુસંસ્કૃત વર્તન કરવાનો પ્રયત્ન કરવામાં માણસને સહુથી વધારે મુશ્કેલી પડે છે. આપણે જ્યારે નિયમો અનુસાર વર્તન કરીએ છીએ ત્યારે આપણા બધામાં જબરો વિરોધાભાસ આવે છે. જ્યારે ડોક્ટરના જીવનનો અનુભવ અને દર્દીના જીવનનો અનુભવ બંને સરખા હોય ત્યારે ડોક્ટર તેના દર્દીને વધારે સારી રીતે સમજી શકે છે.

છેલ્લા પચાસ વરસોમાં જીવનની મૂળ સમસ્યાઓ પ્રત્યેના લોકોના વલણમાં પરિવર્તન આવ્યું છે. જેમજેમ રોગ પર વિજય મેળવવામાં આવ્યો છે તેમતેમ માણસ નો ભય અદ્રશ્ય થઈ ગયો છે.

ડોક્ટરો એક વ્યાવસાયિક માણસ તરીકે, મજબૂત, અનાવશ્યક માન્યતાઓ ધરાવી શકતા નથી. ચિકિત્સાની સમસ્યાઓ ઝડપથી બદલાતી રહે છે, અને તે સમસ્યાઓ ડોક્ટર જેટલા દર્દીઓની સારવાર કરે છે તેટલી જ અલગ છે. એક ડોક્ટર નૈતિકતાવાદી નથી. તેને માનવોના વર્તન અંગે પોતાના અભિપ્રાયો જાહેર કરવા ન જોઈએ. તેની એકમાત્ર ચિંતા તેના દર્દીઓને સમજવાની અને તેમના દુઃખ કરવામાં મદદ કરવાની છે, પછી ભલે તે રોગ અથવા માનસિક તકલીફને કારણે થઈ હોય. કોઈ સારો ડોક્ટર કોઈ પણ બાબતથી ડરતો નથી, અને જો ડરતો હોય તો તે સારો ડોક્ટર નહીં હોય. અગત્યની યાદ રાખવાની બાબત એ છે કે મનુષ્યમાં એક એવી જૈવિક વૃત્તિ છે કે જેને તે પોતાની માન્યતાઓ અને તેની તાલીમ અનુસાર નિયંત્રિત કરવાનો પ્રયાસ કરે છે. કોઈપણ વ્યક્તિને તેની પોતાની જાત અને તેની વિશેષ સમસ્યાઓ વિષે સારી સમજ આપવામાં મદદ કરવી તે ડોક્ટરનો વ્યવસાય છે.

ઘણા લોકોની ભાવનાત્મક પરિસ્થિતિઓ ભય, નફરત અને વેદનાના તત્વો દર્શાવે છે. જયારે કોઈ ડોક્ટર દર્દીની ફરિયાદો સાંભળે ત્યારે તેણે દર્દીની ફરિયાદોને ધ્યાનમાં લેવી પણ જરૂરી છે. તેણે એ પણ ધ્યાનમાં લેવું જોઈએ કે તે લાગણીઓ બીમારીના કારણે થઈ નથી ને!

ભયને બે પ્રકારોમાં વહેંચી શકાય છે. પહેલું તે રોગ નો ડર, અને બીજું તે એવી વસ્તુનો ડર કે જેને રોગ તરીકે વર્ગીકૃત કરી ન શકાય. પુરુષો અને સ્ત્રીઓમાં રોગ નો ડર એક સરખો જ લાગે છે. ઘણી વાર પેટના વિકાર જેવા પ્રશ્નોના કારણે દર્દીને એમ લાગે છે કે તેને કેન્સર હોઈ શકે. શારીરિક તકલીફો નબળી માનસિક પરિસ્થિતિ અથવા અથવા ખરાબ આહારનું પરિણામ હોઈ શકે છે. એક ડોક્ટરે નક્કી કરવું જ જોઈએ કે દર્દીને શું ડર છે અને તેને કયો રોગ હોઈ શકે છે. આ કોઈ સરળ કાર્ય નથી.

ડોક્ટર કોઈ એક સંભાવના સાથે તેનું નિદાન શરૂ કરી શકે છે. જો કોઈ દર્દીને તો હોય ભય રોગનો કોઈ, કદાય તેને તે રોગ નથી પણ હોતો. ઘણીવાર એવું પણ બને કે ક્ષય રોગનો દર્દી તેની સ્થિતિ પ્રત્યે ઉદાસીન હોય છે અને તે હંમેશા આ રોગ ઉપર વિજય મેળવવાની આશા રાખે છે. શેકસેપિયરે કહ્યું કે મૃત્યુથી ડરવાની કોઈ જરૂર નથી. તે આવશે ત્યારે આવશે જ, અને ત્યારે મૃત્યુનો ભય રહેશે નહીં. મોટાભાગે તે મૃત્યુનો ડર જ હોય છે કે છે કે જે ઘણી વાર દર્દીઓને ડોક્ટર પાસે લઈ આવે છે. આવા દર્દીઓમાં જે ડર હોય છે તેનું તેઓ તેમના ડોક્ટરને પણ વર્ણન કરી શકતા નથી.

ક્રોધ આરોગ્યને પણ ખલેલ પહોંચાડે છે, પરંતુ તે ભયથી ઓછું જોખમી છે. ક્રોધથી પાચનતંત્ર બગડે છે, માથાનો દુખાવો થાય છે અને પારિવારિક જીવન સારું રહેતું નથી. માટે ડર અને ગુસ્સો ડોક્ટર સહેલાઈથી ઓળખી શકે છે, પરંતુ દુઃખ સમજી શકવું વધારે મુશ્કેલ છે. જેણે કોઈએ દુઃખ અનુભવ્યું નથી, તે દુઃખને સમજી શકે નહીં. ઊંડા દુખની લાગણીમાં કોઈ રડતું અથવા ફરિયાદ કરતું નથી. ઘેરા દુખની લાગણીથી દર્દી અનિદ્રાના રોગ નો ભોગ બને છે અને તે ડોક્ટર નિદાન કરી શકે તે માટે શ્રેષ્ઠ સંકેત છે. કોઈ પણ માનવીની ફરિયાદોમાં અનિદ્રાની ફરિયાદ મારી સહાનુભૂતિની લાગણીઓને ઉતેજીત કરી દે છે.

દરેક દર્દીની સારવારમાં ડોક્ટર તે દર્દી સાથે વ્યક્તિગત વ્યવહાર કરે છે. ઘણાબધા ડોક્ટરો તેમના વ્યક્તિત્વને કારણે પ્રમાણમાં અઘરા દર્દીઓને સાંભળી

લેવા માટે સક્ષમ હોય છે, પરંતુ દરેક ડોક્ટરનું વ્યક્તિત્વ અલગ અલગ હોય છે. આવી વાત શીખવી શકાતી નથી અને તે અનુભવ દ્વારા શીખવું આવશ્યક છે. જે ડોક્ટર તેના દર્દીઓની તપાસ કરી શકે છે અને તેમની ભાવનાત્મક સમસ્યાઓ સમજી શકે છે તેને નિષ્ણાત બનવાની જરૂર નથી. "વિશ્વની બધી દવાઓની તુલનામાં કેટલાક પરેશાન દર્દીઓ માટે સમજી શકે તેવા લાગણીશીલ હ્રદયની કિંમત વધારે હોય છે".

દર્દીઓની સારવાર કરવામાં મારાથી થયેલી કેટલીક ભૂલોનો મને જીવનભર અફસોસ રહ્યો છે. તેનું કારણ એ કે મેં દર્દીના દુઃખનું વાસ્તવિક કારણ શોધવા માટે પુરતો સમય નહોતો ફાળવ્યો. પુરુષો કરતા સ્ત્રીઓ વધારે સરળતાથી તપાસી શકાય છે. તેઓ જે વ્યવસાય કરતા હોય તેના કારણે પુરુષો તથ્યો સાથે વ્યવહાર કરવા ટેવાયેલા હોય છે. જયારે તેઓ ડોક્ટરને પ્રશ્નો કરે છે ત્યારે તેઓ ડોક્ટર શું કહેવા કે કરવા માગે છે તે સમજવાનો પ્રયત્ન કરતા હોય છે.

મોટામાં મોટી સમસ્યા દર્દીને તેની ગંભીર માંદગી વિષે જણાવવાની છે. રસ્કિન કહે છે, "એક જ જગ્યા (હોસ્પિટલ) એવી છે કે જ્યાં માણસને તેના મૃત્યુ વિષે વિચારવાની જરૂર નથી. તે અંગે ત્યાં કશું વિચારવું જોઈએ નહીં." મોટાભાગના ડોકટરો રસ્કીનના નિવેદન સાથે સંમત થાય છે.

ડોક્ટર શક્ય તેટલા લાંબા સમય સુધી તેના દર્દીને જીવતો રાખવાનો પ્રયાસ કરે છે, અને તે માટે એવી કોઈ પણ કાર્યવાહી નહીં કરે કે જે તેના દર્દીને પ્રતિકુળ અસર કરે. આ વાત એવા રોગો પર લાગુ પડે છે કે જેના નામ માત્રથી લોકો ડરે છે. જેમ કે હ્રદયરોગ – યોગ્ય સારવારથી હ્રદયરોગના દર્દીઓ ઘણા ઉપયોગી વરસો સુધી જીવી શકે છે અને તેથી તેમને એમ ન કહેવું જોઈએ કે તેમની સ્થિતિ ગંભીર છે. પરિવારના સભ્યોને કેટલાક કિસ્સાઓમાં વાત કરી દેવામાં આવે છે, પરંતુ જો ડોકટરે દર્દી સાથે તેની સાથે ચર્ચા કરવી જોઈએ કે નહીં તે તો પરિવાર જ વિશ્વાસપૂર્વક કહી શકે છે.

ડોકટરો ખરેખર તો એવા જીવવિજ્ઞાનીઓ જ છે કે જેમને તથ્યોની શોધ માટે તાલીમ આપવામાં આવે છે. શ્રેષ્ઠ સલાહ અમે જ આપી શકીએ છીએ. જયારે તમે મુશ્કેલીમાં હો ત્યારે ત્યારે તમે તમારા ડોક્ટરને મદદરૂપ થવા માટે પૂછો. તે કોઈ પણ વસ્તુથી ડરતો નથી. સત્યથી પણ ડરતો નથી.

હું એ વાતે દિલગીર છું કે ડોક્ટર અને તેના દર્દીઓ વચ્ચે નજીકના, વધુ ગાઢ સંપર્કો કેળવાય તેવો હવે સમય રહ્યો. સહાયકોથી ઘેરાયેલા ડોકટરો જેમને તેમની સહાનુભૂતિ અને મદદની જરૂર છે તેવા દર્દીઓની પાસે જઈ શકતા નથી. તો પણ તેની વ્યવસાયિક ફરજના ભાગ રૂપે તેની તેના દર્દીની પીડાને હળવી કરવા માટે, વેદનારહિત મૃત્યુ પામે તે માટે ખાસ કરીને જયારે જે રોગની સમસ્યાઓનો વૈજ્ઞાનિક ઉકેલ હજુ સુધી ન મળ્યો હોય અને જીવન જીવવું ભયંકર થઈ ગયું હોય ત્યારે તે વેદનાઓમાં રાહત થાય તે માટે સહાયતા કરવાની તેમની નૈતિક ફરજ છે.

*****

પ્રકરણ ૧૨મું

છેલ્લાં પચાસ વર્ષોમાં મેડીકલ સાયન્સ અને કળામાં જે પ્રગતિ થઈ છે તે મારા અનુભવોના આ રેકોર્ડ પરથી જ જોઈ શકાય છે. પરંતુ આ પ્રગતિ કેવી રીતે થઈ તે આ છેલ્લા પ્રકરણમાં સમજાવવાનો પ્રયત્ન કરીશ..

જાહેર ક્ષેત્રમાં મેડીકલ સાયન્સની પ્રગતિના બે પાસા છે. પહેલું વ્યાવસાયિક શિક્ષણ, અને બીજું મેડીકલ સાયન્સ અને વ્યાવસાયિક ક્ષેત્રે થયેલી જબરદસ્ત પ્રગતિ. હું વિદ્યાર્થી હતો તે સમયથી આજ સુધીમાં ડોકટરોનું શિક્ષણ સંપૂર્ણપણે બદલાઈ ગયું છે. બધી મેડીકલ શાળાઓમાં પ્રવેશ માટે હવે વિદ્યાર્થીઓની ઉચ્ચ શૈક્ષણિક લાયકાતોની જરૂર છે વૈજ્ઞાનિક અધ્યયનનો કાર્યક્રમ લંબાવાયો છે. કારણકે કે વિદ્યાર્થીઓને આપવા માટે એટલી બધી માહિતી ઉપલબ્ધ છે કે કોઈ પણ વિદ્યાર્થી તેને આત્મસાત કરી શકે નહીં. ઓછી ક્ષમતા ધરાવતા વિદ્યાર્થીઓ પણ વીસ વર્ષ પહેલાના વિદ્યાર્થી કરતા વધારે વ્યવસાયિક જ્ઞાન ધરાવતા હોય છે. તબીબી વ્યવસાય સાથે જોડાયેલા લોકો તેમના તબીબી શિક્ષણની પ્રગતિ માટે એવા લોકો પર ગૌરવ અનુભવે છે કે જે લોકોએ ડોક્ટરોની તાલીમ સુધારવા માટે સતત કામ કર્યું છે. સામાન્ય જનતાએ તેમ કરવાની માંગ કરી નહોતી. કોઈ પણ સમયના તબીબી ધોરણો હંમેશા લોકોની આવશ્યકતા કરતા વધારે જ હોય છે.

તબીબી શિક્ષણમાં સુધારણાના હેતુઓ શું હતા? ડોક્ટર્સ પણ બધા માનવોની જેમ, પીડા, પરાજય અને નિષ્ફળતાથી બચવા માંગે છેે. જયારે કોઈ દર્દી મૃત્યુ પામે છે ત્યારે ડોક્ટર નિષ્ફળતાનો અનુભવ કરે છે. પરંતુ તબીબી ઉન્નતિનો અર્થ એ છે કે રોગ પર વિજય મેળવવો અને દુઃખ અને મૃત્યુ સાથે મુકાબલો કરવા માટે વધારે શક્તિ પ્રાપ્ત કરવી.

સન ૧૮૮૬માં તબીબી શાળાઓમાં પ્રવેશની એક જ જરૂરિયાત હતી – અંગ્રેજી ભાષાનું વાંચી લખી શકાય તેટલું જ્ઞાન. તે સમયે તબીબી શાળાઓના ફક્ત બે અભ્યાસક્રમો હતા અને તે પાંચ મહિના માટે આપવામાં આવતા હતા. હવે તબીબી તાલીમ માટેના ઉમેદવારે મેડિકલ સ્કૂલમાં પ્રવેશતા પહેલા કોલેજના ત્રણ કે ચાર વર્ષ

પૂર્ણ કર્યા હોવા જોઈએ. અધ્યયન કાર્યક્રમ માટે તબીબી શાળામાં ચાર વર્ષ અને હોસ્પીટલમાં એક વર્ષની ઈન્ટર્નશિપ કરવાની જરૂર પડે છે.

આજના મેડિકલના વિદ્યાર્થીઓ અમારા દિવસના વિદ્યાર્થીઓ કરતા જુદા છે, કારણ કે તેઓ સંસ્કારી અને સજ્જન છે. જુના સમયના વિદ્યાર્થીઓનું અસંસ્કારી વર્તન ભૂતકાળ બની ગયું છે અને ગાંડી જિજ્ઞાસા પણ નાશ પામી છે. સારા શૈક્ષણિક રેકોર્ડ અને નોંધપાત્ર ક્ષમતા વિનાના વિદ્યાર્થીને તબીબી શાળામાં પ્રવેશવાની મંજૂરી આપવામાં આવતી નથી. જ્યારે કોઈ વિદ્યાર્થી પ્રથમ વર્ષ સંતોષકારક રીત પૂર્ણ કરે છે, ત્યારે તે દર્શાવે છે તે કેવી રીતે ભણવું તે જાણે છે અને તે કાર્ય કરવા માટે કેટલો સક્ષમ છે.

આધુનિક તબીબી અભ્યાસક્રમનું સંક્ષિપ્ત વર્ણન રસપ્રદ થઈ શકે છે. પ્રથમ બે વર્ષ શરીરરચના(એનાટોમી), દેહધર્મવિધા(ફીઝીઓલોજી), રસાયણશાસ્ત્ર અને પેથોલોજીના અભ્યાસ માટે સમર્પિત કરવામાં આવ્યા છે. તે દરેક અભ્યાસક્રમો માટે પ્રયોગશાળાના અભ્યાસની ઘણી વધારે જરૂર હોય છે. આ બે વર્ષ પછી વિદ્યાર્થી હોસ્પીટલમાં દર્દીઓ સાથે સીધા કામ કરવાનું શરુ કરે છે. દર્દીઓનું આ નજીકનું અવલોકન તેમને તેમના વૈજ્ઞાનિક અભ્યાસના કાર્યક્રમમાં મેળવેલ જ્ઞાનનો ઉપયોગ કરવામાં મદદ કરે છે. તે વિદ્યાર્થી અહીં પ્રશિક્ષકના માર્ગદર્શન હેઠળ મેડિકલ પ્રેક્ટિસ કરવાનું શરુ કરે છે. પછીથી જ્યારે તે ઈન્ટર્ન બને છે, ત્યારે તે મેડીકલ પ્રેક્ટીસને તે જે હોસ્પિટલમાં ઈન્ટર્નશીપ કરતો હોય ત્યાં હોસ્પિટલની મર્યાદામાં વધારે સારી રીતે કરવાનું ચાલુ રાખે છે.

જ્યારે કોઈ યુવાન ડોક્ટરની ઈન્ટર્નશિપ પૂર્ણ થાય છે, ત્યારે તે પોતાની ઓફિસમાં મેડીકલ પ્રેક્ટિસ કરવાનું શરુ કરી શકે છે અથવા તે કેટલાક વર્ષો સુધી નિષ્ણાત અથવા જેની પ્રેક્ટીસ જામી ગઈ છે તેવા ડોક્ટર સાથે કામ કરવાનું પસંદ કરી શકે છે. તેની નોકરી સહાયક તરીકેની રહેશે અને તે દર્દીઓની તપાસમાં અને તેમના રોગના નિદાનમાં મદદ કરશે અને તે રીતે તે આમ કરીને નિદાનની કળામાં અનુભવ મેળવે છે.

વિદ્યાર્થી તેનો તબીબી અભ્યાસક્રમ અને તેની ઈન્ટર્નશિપ પૂર્ણ કરે ત્યાં સુધીમાં તે પોતાની પ્રેક્ટીસ શરુ કરવા માટે સારી રીતે તૈયાર થઈ ગયો હોય છે અને તે

લોકોને ખાતરી આપી શકે છે કે તેણે તેની તાલીમ સંપૂર્ણ કરી છે. રોગોના નિદાનમાં આધુનિક યુવા ડૉક્ટરો પચાસ વર્ષ પહેલાંના શ્રેષ્ઠ ડૉક્ટરો કરતાં ઘણા ચડિયાતા છે. તેઓ વૈજ્ઞાનિક સારવાર વિષે ઘણું જાણે છે. પરંતુ, દવાની કળા ધીમે ધીમે હસ્તગત કરવી જોઈએ. તેમણે દરેક દર્દીના વ્યક્તિગત તફાવતો માટે તે જે વિજ્ઞાન શીખ્યા છે તેનો ઉપયોગ કરવો જોઈએ.

વીતેલી અડધી સદીમાં તબીબી વિજ્ઞાનના વિકાસના કારણે તબીબી જગતને અને તેથી માનવ સમાજને જે પ્રાપ્તિ થઇ છે તે ખરેખર નોંધપાત્ર છે. આ પુસ્તકના પ્રથમ પ્રકરણમાં જે રોગોનું વર્ણન કરવામાં આવ્યું હતું તે પૈકીના ઘણાખરા રોગો હવે નિયંત્રિત કરી શકાયા છે. પરંતુ કેટલાક એવા સમુદાયો છે કે જેમાં ડિપ્થેરિયા અને ટાઈફોઈડ તાવ જેવા સંક્રમણ થી ફેલાતા રોગો હજુ પણ જોવા મળે છે. જો કે આવા રોગો જયારે જોવા મળે ત્યારે સમજવાનું કે કોઈ તેની ફરજ બજાવવામાં નિષ્ફળ ગયું છે. માત્ર સમાજની શાશ્વત જાગૃતિ જ આવા રોગોને ફેલાતા અટકાવે છે. સરકારી આરોગ્ય સેવાઓ, રાજ્યનું આરોગ્ય મંડળ, પ્રાદેશિક આરોગ્ય અધિકારી – આ બધા લોકો અને સરકારી સંસ્થાઓ આવા રોગો દેખાય કે તરતજ નિયંત્રિત કરી શકાય તે માટે સતત કાર્યરત રહે છે. જો તે માટેના સરકારી નિયંત્રણો દુર કરવામાં આવે તો લોકોની બેદરકારીથી રોગના સંક્રમણમાં વૃદ્ધિ થશે અને ભૂતકાળના ભયાનક રોગો ઝડપથી પાછા ફરશો. તેથી કદીપણ અંત ન આવે તેવી તબીબી વ્યવસાયની સતર્કતા માનવજીવનને રોગોથી સુરક્ષિત કરે છે.

નિવારી શકાય તેવા રોગનું નિયંત્રણ અન્ય ઉપચાર થઇ શકે તેવા રોગોના નિયમન કરતાં વધુ નોંધપાત્ર નથી. પચાસ વર્ષ પહેલાં કોઈ ડોકટરે જેની કલ્પના પણ નહોતી કરી તેવા ઓપરેશન આજે કરવામાં આવે છે. એકદમ ગંભીર તબ્બકે પહોંચી ગયેલી ગાંઠોને ઓપરેશન કરી અને દુર કરવામાં આવે છે અને અન્ય ઘણા દર્દીઓ કાયમી ધોરણે સાજા થઇ જાય છે. આજે ડાયાબિટીસ નિયંત્રણમાં છે; અસ્થમાના મોટાભાગના કેસોનાં કારણો શોધી કાઢવામાં આવે છે અને તે દર્દીઓને સાજા કરવામાં આવે છે. હવે એવા બહુ ઓછા રોગો છે કે જે આજના સમયના ડોક્ટરોના કાબુમાં આવતા નથી.

જાહેર તબીબી સેવા આરોગ્ય સંરક્ષણ પ્રત્યેના લોકોના વલણને ધ્યાનમાં લીધા વિના તેમને ચેપી રોગથી સુરક્ષિત બનાવી શકે છે. પરંતુ કોઈપણ વ્યક્તિને આવો રોગ થાય ત્યારે આવા દર્દીનો ઈલાજ કરવો વધારે મુશ્કેલ બની જાય છે. આવા દર્દીઓને સરકારી તબીબી સેવાઓનો ઉપયોગ કરવા માટે સમજાવવા તે ઘણું અઘરું બની જાય છે. જે લોકોએ તબીબી સારવાર લીધી નથી તેવા લોકોને સામાન્ય રીતે તેવી સારવાર લેવાની ઈચ્છા હોતી નથી. જયારે દર્દી તેનો પોતાનો ડોક્ટર નક્કી કરવા માટે મુક્ત હોય ત્યારે જ સારવારનું સારામાં સારું પરિણામ આવે છે. તબીબી વિજ્ઞાન ઘણાબધા સિદ્ધાંતોથી બનેલું છે પણ એક ડોક્ટર અને તેના દર્દી વચ્ચેનો જે સંબંધ છે તે હમેશા નિકટનો અને વ્યક્તિગત હોય છે.

લોકો આજકાલ રોગથી મુક્તિ મેળવે છે તે તબીબી વ્યવસાયના કાર્યનું પરિણામ છે. તે સાથે વર્ષો પછી પણ જયારે ડિપ્થેરિયાનો રોગચાળો દેખાય છે ત્યારે મને હજુ પણ તે સમયે જયારે ડિપ્થેરિયા દેખાયો હતો ત્યારના અસુરક્ષિત સમાજની ચિંતાતુર પ્રાર્થનાઓ યાદ આવે છે. આજે એક એન્ટીટોક્ષીન ની એક શીશી આ દયાહીન ખુનીનો ખાત્મો કરી દે છે. કોઈપણ ડોકટરે હમેશા વાસ્તવિકતા સ્વીકારવી જોઈએ અને સત્ય શું છે તેનો વિચાર કરવો જોઈએ. તે વાતની પ્રમાણિક જાહેરાત કરવી તે વધારે સારી વાત છે.

*****